महाराष्ट्रातील चलनाचा इतिहास

(इ.स. १६७४ - १९४७)

प्रा. पद्माकर प्रल्हाद प्रभुणे

डायमंड पब्लिकेशन्स

महाराष्ट्रातील चलनाचा इतिहास (१६७४–१९४७)
पद्माकर प्रल्हाद प्रभुणे

History of Currency in Maharashtra (1674-1947)
Padmakar Pralhad Prabhune

प्रथम आवृत्ती : ऑगस्ट २००७
पुनर्मुद्रण : मार्च २०११

ISBN 81-89724-92-4

मुखपृष्ठ
शाम भालेकर

प्रकाशक
डायमंड पब्लिकेशन्स
१२५५ सदाशिव पेठ, लेले संकुल
पहिला मजला, निंबाळकर तालमीसमोर
पुणे ४११ ०३०. ☎ ०२० – २४४५२३८७
diamondpublications@vsnl.net
www.diamondbookspune.com

प्रमुख वितरक
डायमंड बुक डेपो
६६१ नारायण पेठ, अप्पा बळवंत चौक
पुणे ४११ ०३०. ☎ ०२० – २४४८०६७७

अर्पण – पत्रिका

माझी आई सौ. विजया प्रभुणे व वडील श्री. प्रल्हाद गो. प्रभुणे यांना अर्पण...

प्रस्तावना

'महाराष्ट्रातील चलनाचा इतिहास (इ.स.१६७४-१८४०)' या पद्माकर प्रभुणेलिखित लघुप्रबंधास ग्रंथरूप लाभत आहे, याचा मला आनंद आणि अभिमान वाटतो. आनंद अशासाठी की पद्माकर प्रभुणे हे माझे विद्यार्थी आहेत आणि अभिमान अशासाठी की खरोखरच प्रकाशित करण्याच्या योग्यतेचे असे संशोधन त्यांनी केले आहे. इतिहासाच्या मराठी भाषेतील विद्यापीठीय संशोधनात त्यांच्या पुस्तकाची छोटीशी का होईना, स्वतंत्र मुद्रा उमटणार आहे. मुळात हे एम.फिल.च्या पदवीसाठी केलेले संशोधन आहे. ते म.म. डॉ. ब्रह्मानंद देशपांडे यांच्यासारख्या परीक्षकाच्या पसंतीस उतरले आणि पद्माकर प्रभुणे यांना एम.फिल. पदवीसाठी सर्वोच्च श्रेणी मिळाली, यातच त्याचा दर्जा सिद्ध होतो. पद्माकर प्रभुणे यांचे मूळ संशोधन १६७४ ते १८४० या कालखंडाविषयी असले, तरी वाचक व अभ्यासकांच्या सोयीसाठी त्यांना १८४० ते १९४७ या कालखंडाविषयी एक पुरवणी जोडल्याने या पुस्तकाची उपयुक्तता अधिक वाढली आहे. प्रा. प्रभुणे यांच्या संशोधनास नाणकशास्त्राचा आधार आहे, पण हे निव्वळ 'नाणकशास्त्रीय' संशोधन नव्हे. या संशोधनाची मूळ बैठक 'ऐतिहासिक'च आहे. तसे नसते तर नाणकशास्त्राची औपचारिक तज्ज्ञता नसलेल्या माझ्यासारख्या इतिहास-अभ्यासकाच्या मार्गदर्शनाखाली हे काम होऊ शकले नसते.

मी नाणकशास्त्राचा तज्ज्ञ नसलो, तरी माझी काही निरीक्षणे आणि मते आहेत. (पूर्वग्रह म्हणा हवे तर !) ती येथे नोंदवणे आवश्यक आहे. नाणकशास्त्राचे बरेच अभ्यासक नाण्यांच्या बाह्य अभ्यासातच रमतात. नाण्याचे वजन, आकार, प्रकार, धातू वा धातुमेळ, नाण्यावरील मजकूर, चित्रे, चिन्हे, नाण्याचे दर्शनी मूल्य, त्याची टांकसाळ, त्याचा खरे-खोटेपणा इ. भौतिक बाजूंचा शास्त्रीय अभ्यास करण्यावर त्यांचा भर असतो. हे सर्व गरजेचे आहे आणि अशा अभ्यासाचे मोल मोठे आहे. परंतु कोसंबीसारखे सन्माननीय अपवाद वगळता या चौकटीपलीकडे पोहोचण्याची इच्छा आणि कुवत अनेकांकडे नसते. ज्याप्रमाणे निव्वळ सनावळी वा इतिवृत्त म्हणजे इतिहास नव्हे, त्याचप्रमाणे नाण्यांचा निव्वळ 'कॅटलॉग' म्हणजे 'नाणकशास्त्र' नव्हे. 'नाणकशास्त्र म्हणजे नाण्यांचा अभ्यास,' हे ठीक आहे. पण हा अभ्यास बहुस्पर्शी आणि अन्वयार्थी असायला हवा की नको? आमच्या प्राथमिक चर्चेत मी प्रभुणे यांना सांगितले होते की, ''नाण्याला दोन बाजू असतात असे आपण मानतो. पण माझ्या

मते नाण्याला तीन बाजू असतात. – आणि नाण्याची सूक्ष्म कड ही तिसरी बाजू मानली तर मी म्हणेन की नाण्याला चौथी बाजू असते. ही तिसरी वा चौथी बाजू अदृश्य असते. नाण्याच्या अभ्यासकाने दृश्य बाजूंप्रमाणे नाण्याच्या अदृश्य बाजूचाही अभ्यास केला पाहिजे. या अदृश्य बाजूमध्ये प्रतीकात्मकता आणि अन्वयार्थात्मकता असते. जोवर या बाजूचे 'दर्शन' होत नाही, तोवर नाणकशास्त्रीय अभ्यास अपुरा म्हणावा लागेल.'' वैज्ञानिक व तंत्रज्ञानात्मक प्रगतीमुळे नाणकशास्त्राच्या अभ्यासाला चांगली शास्त्रीय बैठक प्राप्त झालेली आहे. पण 'प्रत्यक्षार्थवादा'च्या (Positivism च्या) चाकोरीत हा अभ्यास अडकता कामा नये. नाणे ही भौतिक वस्तू खरी. पण ती मूलत: मनुष्यनिर्मित आणि मनुष्यकेंद्री आहे. आर्थिक विनिमय, समकालीन सुबत्ता / अवनती, तंत्रज्ञानात्मक प्रगती, राजकीय यंत्रणा व तत्त्वज्ञान, धार्मिक कल्पना, कलाकुसर इ. कितीतरी पैलूंविषयी ऐतिहासिक नाणी बोलू शकतात. त्यांना बोलते करणे हे संशोधकाचे काम आहे. झिजलेल्या नाण्यातून निघणारा ऐतिहासिक अर्थ मात्र भरीव असू शकतो. सुटी सुटी नाणी तर बोलतातच. पण त्यांची जी शृंखला आणि संरचना असते, ती तर खूप काही बोलते. प्रश्न आहे तो ऐकणाऱ्या कानांचा. नाण्याची आणि चलनपद्धतीची बोलण्याची क्षमता प्रचंड असली, तरी इतिहासकाराच्या समाजशास्त्रीय प्रतिभेच्या अभावी ती नाणी बद्दकन् वाजणार ! ऐतिहासिक नाण्यात खणखणीतपणा अंगभूत असला तरी इतिहासकाराच्या संशोधनक्षमतेने तो सिद्ध व्हावा लागतो. एका तात्त्विक अर्थाने इतिहासकाराने नाण्यांचा 'बोलविता धनी' बनावे लागते.

निव्वळ नाण्यांचा अभ्यास आणि चलनपद्धतीचा अभ्यास यांमध्ये फरक करावा लागतो. चलनपद्धतीच्या अभ्यासात नाण्यांचा अभ्यास समाविष्ट असतोच; पण चलनपद्धतीच्या अभ्यासात ती व्याप्ती खूप विस्तारते. हा अभ्यास आपल्याला अधिक प्रमाणात तत्कालीन, राजकीय, सामाजिक व आर्थिक व्यवस्थेकडे नेऊ शकतो. नाण्यांच्या वा चलनपद्धतीच्या निव्वळ वर्णनाने इतिहास सिद्ध होत नाही. नाणकशास्त्रीय संशोधनाला ऐतिहासिक व अर्थशास्त्रीय परिप्रेक्ष्यात बसवल्याखेरीज इतिहासकारासाठी ते खऱ्या अर्थाने उपयुक्त ठरत नाही. प्रा. पद्माकर प्रभुणे यांच्याकडून मला या पद्धतीचे संशोधन अभिप्रेत होते. त्यांनी त्या दृष्टीने प्रयत्न केले, याचे मला समाधान वाटते. हे प्रयत्न म्हणजे एका प्रयोगाचा आरंभकाल आहे, असे मी मानतो. त्यामुळे प्रा. प्रभुणे यांना अद्यापही बरीच वाटचाल करावी लागणार आहे. ते आणि अन्य तरुण संशोधक ही वाटचाल जोमदारपणे करतील, अशी मला आशा आहे. ऐतिहासिक नाण्यांची प्रदर्शने, खरेदी-विक्री आणि संग्रह या साऱ्यांचे सध्या अतिरिक्त व्यापारीकरण होऊ

लागले आहे. अशा वेळी ऐतिहासिक नाण्यांचा बाजारभाव वाढला तरी संशोधनमूल्य घसरण्याचा संभव आहे. ते टिकवण्याची, किंबहुना नव्या दिशांनी संशोधन पुढे नेण्याची जबाबदारी प्रा. प्रभुणे यांच्यासारख्या अभ्यासकांची आहे, असे मी मानतो.

प्रस्तुत पुस्तकाच्या आशयावर मी फारसे भाष्य करणार नाही. जिज्ञासू वाचक मूळ पुस्तक वाचणारच आहेत. फक्त संक्षिप्तपणे काही गोष्टी मी नोंदवतो, शिवशाही, पेशवाई आणि आंग्लाईचा पहिला टप्पा यांच्या संदर्भात लेखकाने चलनपद्धतीचा अभ्यास केला आहे. मात्र हा सुटा सुटा अभ्यास नसून तो एका उत्क्रांतिप्रक्रियेचा वेध आहे. भारतीय इतिहासातील मध्ययुगाचा, विशेषत: अठराव्या शतकाचा पुनर्विचार सध्या केला जात आहे. मराठ्यांच्या इतिहासाच्या पारंपरिक चाकोऱ्या मोडून आता नव्या दिशांनी विश्लेषण करण्याची आवश्यकता आहे. अशा टप्प्यावर मराठा कालखंडाचे प्रा. प्रभुणे यांचे चलनविषयक संशोधन अभ्यासकांना विशेष उपयुक्त ठरू शकेल. ब्रिटिश काळात जे चलनविषयक बदल झाले, त्यांचे निव्वळ वर्णन करून प्रा. प्रभुणे थांबलेले नाहीत. ब्रिटिशकालीन नाणी व चलनपद्धती यांकडे 'ब्रिटिश धुरीणत्वाचे साधन' म्हणून पाहण्याची त्यांची दृष्टी अत्यंत अर्थपूर्ण आहे. तत्कालीन वसाहतवादी अर्थव्यवस्था आणि साम्राज्यवादाचे प्रभुत्वमार्गी तत्त्वज्ञान यांच्या संदर्भचौकटीत नाणे आणि चलनपद्धतीचा अभ्यास केला तर त्याची फलनिष्पत्ती अगदी वेगळी आणि अर्थपूर्ण ठरेल. प्रा. प्रभुणे यांचा प्रयत्न या प्रकारचा आहे. प्रा. प्रभुणे हे भारतविद्येचे अभ्यासक आहेत. नाणेसंग्राहक आहेत. नाणकशास्त्र, अभिलेखविद्या, मोडी लिपी, फारसी भाषा, छायाचित्रण, गड-किल्ल्यांचा अभ्यास, इ. गोष्टींमध्ये त्यांना रस आणि गती आहे. ते कष्टाळू आणि ध्येयवादी आहेत. अशा गुणसंपदेला चिकित्सक अन्वयार्थी दृष्टीची जोड मिळाली तर ती काळाची गरज आहे. तशी ती मिळू लागल्याचे पाहून मला समाधान वाटते. ते एक उत्साही पदव्युत्तर विद्यार्थी असल्यापासून मी पद्माकर प्रभुणे यांना पाहतो आहे. आज ते ज्या टप्प्यावर उभे आहेत, तेथून पुढच्या त्यांच्या वाटचालीकडे मी मोठ्या आशेने व अपेक्षेने बघतो आहे. या वाटचालीसाठी त्यांना माझ्या मन:पूर्वक शुभेच्छा.

नाणी व चलनासारख्या विषयावरचे पुस्तक प्रकाशनासाठी मात्र तोट्यात जाऊ शकते ! पण असे हिशेब न करता चांगल्या पुस्तकांची टांकसाळ उघडणारे आमचे प्रकाशक मित्र श्री. दत्तात्रेय पाष्टे हेसुद्धा लेखकाप्रमाणेच अभिनंदनाला प्राप्त आहेत.

राजा दीक्षित
प्रपाठक, इतिहास-विभाग,
पुणे विद्यापीठ

जगन्नाथाचा रथ...

या शीर्षकाचे काहींना वैचित्र्य वाटू शकेल, पण मला वाटतं प्रत्येक लिखाण वा संशोधन याची मूळ प्रक्रिया ही 'जगन्नाथाच्या रथा' प्रमाणे असते. प्रत्येक लिखाण हे त्या त्या काळाचे सांस्कृतिक संचित असते आणि तत्कालीन माहिती वा ज्ञानाचे प्रसारकही असते. लेखक वा पुस्तक जरी अमर नसले तरी त्यांनी अभ्यासलेला, लिहिलेला विषय हा दीर्घकाळ टिकणारा व नवविचार निर्माण करणारा असू शकतो या तात्त्विक भूमिकेतून 'महाराष्ट्रातील चलनाचा इतिहास (१६७४-१९४७) हे छोटेखानी पुस्तक सादर करताना समाधान वाटत आहे. वास्तविक पाहता हे पुस्तक म्हणजे, पुणे विद्यापीठ इतिहास विभागात एम्. फिल पदवीसाठी सादर केलेल्या 'महाराष्ट्रातील चलन : एक चिकित्सक अभ्यास' (इ.स. १६७४-१८४०) या लघुप्रबंधाची परिवर्धित व अल्पशी रूपांतरित आवृत्ती आहे. या लघुप्रबंधास "O" (Outstanding) ही श्रेणी प्राप्त आहे. यातील मुख्य संशोधनात्मक भर हा १६७४ ते १८४० या कालखंडावर असून वाचकांच्या सलगतेसाठी १९४७ म्हणजे भारताच्या स्वातंत्र्यापर्यंतच्या नाण्यांच्या माहितीची भर घातली आहे. एक विशेष उल्लेख या पुस्तकाच्या निमित्ताने करत आहे तो म्हणजे माझ्या लघुप्रबंधाचे परीक्षक हे ज्येष्ठ अभिलेख-भाषा-साहित्य-इतिहासतज्ज्ञ महामहोपाध्याय डॉ. ब्रह्मानंद देशपांडे हे होते.

शालेय जीवनापासून प्राचीन नाणीसंग्रह, इतिहास, पुरातत्त्वाच्या अभ्यासाचा जो छंद लागला होता त्यातून संशोधनाची आस्था निर्माण झाली. पुणे विद्यपीठ इतिहास विभाग व टिळक महाराष्ट्र विद्यापीठ येथे पदव्युत्तर अध्ययन करताना ही आस्था अधिकच वाढली आणि 'नाणी' या इतिहाससाधनास केंद्रस्थानी ठेऊन आर्थिक इतिहासाच्या काही पैलूंना गवसणी घालण्याचा अल्प-स्वल्प संशोधकीय प्रयत्न इथे केलाय. तसं पाहता 'नाणी' हा इतिहास साधनांपैकी एक लहानसा घटक, आणि अर्थातच तो पूर्णत: 'स्वंयप्रकाशित' वा 'स्वंयसिद्ध' नाही. एडवर्ड कार यांनी म्हटल्याप्रमाणे 'नाण्यांनाही बोलते' करावे लागते. 'पुढील- मागील बाजू, आकार, वजन, राजा, या चौकटीला नाणकशास्त्रात निश्चितच मोठे महत्त्व आहे, पण नाण्यांचा अभ्यास जर या चौकटीतच अडकून पडला तर त्याची इतिहासासाठीची उपयोजितता ही वापरली जात नाही. या मूळ चौकटीच्या पुढे जाण्याची वेळ आता झाली आहे.

एक धाडसी विधान-

या मनोगताच्या निमित्ताने करतोय, 'अद्यापावेतो निर्माण' इतिहासाची फार वेगळी साधने मिळून इतिहासाचे मुख्य विधान बदलेल असे वाटत नाही, त्यामुळे नवीन साधनशोधाच्या जोडीला उपलब्ध साधनांच्या साहाय्याने नव्या अन्वयार्थाची गरज निर्माण झाली आहे.

'It is not so important in History to discover new facts, but to discover new ways of thinking about them.'

त्यामुळे साधन कोणतेही असो, त्याचे अन्वयार्थ परिशीलन आवश्यक ठरते. नाणी ही इतिहासाची, विशेषत: आर्थिक इतिहासाची साधने असतात व त्यांना 'बोलते करून' इतिहासाच्या अन्वयार्थासाठी त्यांची उत्तम उपयुक्तता आहे हा व्यापक दृष्टिकोन लघुप्रबंधाचे मार्गदर्शक, माझे गुरू डॉ. राजा दीक्षित सरांनी दिला. एकीकडे 'भाषांवरील' असामान्य प्रभुत्व, दुसरीकडे इतिहासाच्या घटितांपासून ते 'जुन्या-नव्या' विश्वांची व इतिहासाच्या तत्त्वज्ञानाची विलक्षण जाण असणारे सर, 'अचुकता ही आवश्यकता आहे, तो वेगळा गुण नाही' असा आग्रह धरतात. 'सहृदयता, साहित्य आणि संशोधन' यांचा सम्यक् संगम असणारे सर, संशोधनपद्धतीत भावनेला शास्त्रकाट्यांची कसोटी आणल्याखेरीज पुढे जात नाहीत. सरांकडून 'शिकलो नाही' असं काही मला आठवतच नाही. आपल्या आत्यंतिक व्यग्रतेतून 'खरोखरच' वेळात वेळ काढून या पुस्तकाला त्यांनी दिलेली प्रस्तावना हा मोठा अनुग्रह आहे. डॉ. राजा दीक्षित सरांचे ऋण मी व्यक्त करतो.

मी गेली ११ वर्षे शिरूर-घोडनदी येथे इतिहासाचा अधिव्याख्याता म्हणून काम करतोय. आमच्या चांदमल ताराचंद बोरा महाविद्यालयाचे आदरणीय प्राचार्य नंदकुमार निकम सर (अधिष्ठाता, मानस, नीती आणि समाजविज्ञान विद्याशाखा) यांचा सहवास हाच मुळी मार्गदर्शक असतो. त्यांचे मी या पुस्तकाच्या निमित्ताने आभार मानतो. पुणे विद्यापीठ इतिहास विभागाचे संस्थापक प्रमुख डॉ. अ.रा. कुलकर्णी, कै. डॉ. अरविंद देशपांडे, डॉ. कृ. ना. चिटणीस यांचा व्यक्तिगत सहवास मला लाभला. त्यांनी केलेल्या विशेष वैचारिक संस्कारांचा मी कृतज्ञतापूर्वक सादरोल्लेख करतो. इतिहास विभागाच्या प्रमुख प्रा. डॉ. रेखा रानडे, प्रा. डॉ. दीपक गायकवाड, डॉ. सौ. सुमित्रा कुलकर्णी, डॉ. सेषन, प्रा. सी. आर्. दास. या गुरुजनांचा मी ऋणी आहे. प्रा. डॉ. उमेश कदम यांनी केलेली मदतही आवर्जून उल्लेखली पाहिजे.

या पुस्तकात मांडलेल्या अभ्यासाचे मूळ म्हणजे नाणी! नाणी अभ्यासणे यापेक्षाही नाणी मिळविणे अतिशय दुष्कर बनत चालले आहे. अनेक अभ्यासक-

संग्राहक यांनी मला मदत केली त्यांतील प्रातिनिधिक व्यक्तींचा उल्लेख करतो. पुण्यातील ज्येष्ठ नाणीसंग्राहक-तज्ज्ञ श्री. अरविंद आठवले यांच्या मार्गदर्शनाचा कृतज्ञतापूर्वक उल्लेख करतो. श्री. काशिनाथ पंडित यांनी आपल्या अप्रतिम संग्रहातील अत्यंत दुर्मिळ नाणी अध्ययनार्थ व या पुस्तकात प्रकाशित करण्यास उपलब्ध करून दिली हे अविस्मरणीय आहे, त्यांचा मी ऋणी आहे. श्री. उदयन इंदूरकर यांनीही नाणी उपलब्ध करून दिली. याव्यतिरिक्त डॉ. शैलेन्द्र भांडारे(ऑक्स्फर्ड), श्री. बस्तीमलजी सोळंकी, डॉ दिलीप राजगोर (मुंबई), श्री. अमितेश्वर झा (संचालक संशोधक, नाणेशास्त्र संशोधन संस्था, अंजनेरी, नाशिक), सर्वश्री दानेश मोईन, दिलीप बळसेकर, रेहान अहमद या सर्वांचे आभार .

माझ्या लघुप्रबंधाचे रूपांतर पुस्तकात करण्यात सिंहाचा वाटा असणारे, इतिहास विषयक दर्जेदार प्रकाशनातील अग्रणी, डायमंड प्रकाशनचे संचालक 'प्रकाशनांचे शतके झळकावणारे' श्री. दत्तात्रेय पाष्टे यांचे विशेष आभार मी व्यक्त करतो. पुस्तकाच्या निर्मितीत उपयुक्त सूचना देणारे जेष्ठ समीक्षक प्रा. सु. ह. जोशी, ज्येष्ठ कलासमीक्षक श्रीमती सुलभा तेरणीकर, तसेच मुखपृष्ठकार श्री. शामकांत भालेकर तसेच संगणकीय संस्करण करणाऱ्या सौ. राजश्री जाधव यांचा मी ऋणी आहे. माझ्या संग्रह-अभ्यास-संशोधनाला सातत्याने प्रोत्साहन प्रेरणा देणारे प्रा. डॉ. बाळकृष्ण लळीत, प्रा. रवींद्र कोठावदे, प्रा. हरिदास जाधव, प्रा. धनंजय मंडलिक, प्रा. केशव गाडेकर, श्री. अशोक अडसूळ तसेच माझ्या लघुप्रबंधाचे संगणकीय संस्करण करणारे माझे मित्र श्री. अभिनव, सौ. देवयानी व चि. गौतम कुरकुटे यांच्या ऋणातच राहणे मी पसंत करेन.

याव्यतिरिक्त काही संस्थांचा प्रातिनिधीक उल्लेख करतो. ब्रिटिश म्युझिअम, लंडन; मुंबई पुराभिलेखागार; ग्रंथपाल श्रीमती बागाईतकर, भारत इतिहास संशोधक मंडळ, पुणे; श्री. गिरीश मांडके, डेक्कन कॉलेज मराठा इतिहास संग्रहालय; भारतीय नाणेशास्त्र शोध संस्था, अंजनेरी -नाशिक.

अखेरचे आभार माझे बंधु श्री. शेखर, सौ. शिल्पा आणि माझी पत्नी सौ. प्रीती यांचे ज्यांच्याशिवाय हे काम होऊ शकले नसते.

प्रा. पद्माकर प्रल्हाद प्रभुणे

लेखकपरिचय

प्रा. पद्माकर प्रल्हाद प्रभुणे
एम्.ए. (इतिहास), एम.ए. (भारतविद्या), एम्.फील. (इतिहास), सेट (इतिहास), नेट (इतिहास), नेट (पुरातत्वशास्त्र).

- १५ संशोधनपर लेख प्रसिद्ध.
- ६० इतिहास, ललित विषयांवरील लेख प्रसिद्ध.
- माजी सदस्य, अभ्यास मंडळ, प्राचीन भारतीय इतिहास संस्कृती पुरातत्त्वशास्त्र, पुणे विद्यापीठ.
- विद्यापीठ अनुदान आयोगाचा शोधप्रकल्प पूर्ण.
- पुणे विद्यापीठाचा शोधप्रकल्प सुरू.
- उत्कृष्ट शोधनिबंधासाठी ३ पुरस्कार.
- ३००० प्राचीन नाण्यांचा संग्रह, संग्रहासाठी पुरस्कार.
- ब्राह्मी, मोडी या लिपी व संस्कृत, पालि या भाषा अवगत.
- ११ प्रमाणपत्र अभ्यासक्रम पूर्ण, उदा. हस्तलिखीत शास्त्र, पालि, नाणकशास्त्र, पुराभिलेखशास्त्र इ.
- रेडिओ, दूरदर्शन यावरील दृक्‌श्राव्य कार्यक्रमांत सहभाग.
- १० वर्षे अधिव्याख्याता म्हणून कार्यरत.
- इतिहास, नाणी, किल्ले, या विषयांवर अनेक व्याख्याने.
- नाणी, ऐतिहासिक वस्तू, छायाचित्रण, ग्रंथसंग्रह हे छंद.

अनुक्रमणिका

प्रकरण १ ले

भूमिका

पैशाच्या स्वरूपावर विचार करताना असे ध्यानात येते की 'पैशाने' लोकांना जितके वेडे केले असेल तितके 'प्रेम' या भावनेनेही केले नसेल.

प्रास्ताविक :

भारतात गेल्या २५०० वर्षात अशी एकही प्रौढ व्यक्ती झाली नाही की जिने चलनाचा कधीच वापर केला नाही. सध्या आपण नाणी, नोटा, क्रेडिट, डेबिट कार्ड इ. चा वापर आर्थिक व्यवहारात करतो. सध्याच्या युगात या गोष्टी मुबलक प्रमाणात आपल्याकडे असतील तरच आपले जीवन सोपे होईल अन्यथा नाही, पण अश्मयुगात आदिमानवाच्या काळात चलन नव्हते, त्याची गरजच नव्हती. चलन जरी नसले तरी काही प्रमाणात वस्तुविनिमय जरूर होता. तसे पाहता देवघेवीची कृती आजही तीच आहे. त्याचे माध्यम फक्त बदलले आहे.

साधारणत: नवाश्मयुगाच्या काळात माणूस स्थिर शेती करू लागला. तेव्हापासून पशुंना खरेदी-विक्रीतील माध्यम मानले गेले. होमर या कवीने ग्रीक महाकाव्य 'इलियड' मध्ये गाईंचा स्वरूपात वस्तूच्या किंमती दिल्या आहेत. पारशी ग्रंथ 'झेंद अवेस्ता' यातही डॉक्टरची फी गाईच्या रूपात दिली आहे. भारतातही वैदिक कालखंडात 'गाय' हे विनिमय माध्यम दिसते. गाईप्रमाणे धान्य, मासे, नारळ, तंबाखू, (चीनमध्ये) कपडे विनिमयाचे माध्यम म्हणून वापरले गेलेले दिसतात.

वस्तुविनिमयपद्धतीत विकास होत होत दागिने, धातूची कडी, धातूच्या अंगठ्या, गोळे इत्यादी वापरले जाऊ लागले. भारतीय संदर्भात हडाप्पाच्या उत्खननात विशिष्ट वजनाचे धातूचे तुकडे मिळाले आहेत पण रूढ अर्थाने ती नाणी होत नाहीत. ऋग्वेदात इंद्रमूर्तीची किंमत गाईंच्या स्वरूपात व्यक्त केली आहे. किंमत ही गोपुच्छांच्या स्वरूपात (गाईची शेपटी) व्यक्त करत ही प्रथा काही ठिकाणी आजही शिल्लक आहे. वैदिक काळात हिरण्यपिंड (सोन्याचे गोळे) यांचाही उल्लेख आढळतो. तसाच दागिन्यांचाही उल्लेख आहे. उपनिषदात शतमानांचा उल्लेख आहे.

एक गोष्ट या ठिकाणी लक्षात ठेवायला हवी की १) वस्तुविनिमय, २) विशिष्ट वस्तूद्वारेच विनिमय उदा. गाय, दागिने इ. ३) विशिष्ट धातूच्या तुकड्याद्वारे विनिमय ४) नाणी अशा उत्क्रांतीच्या अवस्था दिसतात. यांतील वस्तुविनिमय अवस्थेत जर घेणारा व देणारा यांच्या गरजा एकसारख्या असतील तरच व्यवहार होतो अन्यथा नाही. (उदा. मला पेन हवे आहे, समोरच्याकडे पेन आहे पण त्याला पेन्सिल हवी आहे आणि ती माझ्याकडे नाही). याला आपण दुहेरी गरजांचा योगायोग म्हणू.

वरील टप्प्यातील समस्यांवर मात करण्यासाठी विशिष्ट वस्तूद्वारे विनिमय दिसतो. उदा. धान्य, गाय, पण यातही समस्या होतीच. एका किलो धान्याचे मूल्य एक गाय असेल तर १/२ किलो धान्यासाठी अर्धी गाय देणे घेणे शक्य नव्हते. त्यात गाय, धान्य नाशवंत असल्याने टिकाऊ धातूंचा वापर सुरू झाला. कालांतराने विशिष्ट आकाराच्या वजनाच्या धातूच्या तुकड्यांवर त्यातील वजन, शुद्धता, मूल्य यांची खात्री देणारी चिह्ने उमटवली गेली त्याला 'नाणी' म्हणतात.

रूढ मतानुसार आशिया-मायनर (तुर्कस्थानातील ॲनातोलिया नामक प्रदेश) येथील 'लिडिया' या ठिकाणी जगातील आदिम नाणी पाडली गेली. व्यापाऱ्यांची चिन्हे उमटवलेली ही नाणी इलेक्ट्रम (चांदी+सोने) या धातूची आहेत. यांचा काळ इ. स. पूर्व ७ वे शतक मानला जातो.

भारतीय संदर्भात, 'नाण्यांचा' जन्म हा इ.स.पूर्व ६ व्या शतकात मानला गेला आहे. डॉ. परमेश्वरीलाल गुप्त यांचे मते 'आहत' (Punchmarked Coins) ही सर्वात जुनी भारतीय नाणी वरील कालखंडातील होत. भगवान बुद्ध (इ.स.पू. ५६३-४८३) व भगवान महावीर (इ.स.पू. ५९९-५२७) यांच्या काळापासून 'दुसऱ्या

नागरीकरणाची' प्रक्रिया घडून आली ज्यात लोह तंत्रज्ञानाचा शेती व लढाईक्षेत्रात वापर, मोठ्या नगरांचा उदय, व्यापार कारागिरी विकास, नाण्यांचा जन्म या प्रक्रिया घडून आल्या.

डॉ. दिलीप राजगोर यांनी नव्याने बुद्धोत्तर काळातील महाजनपदांची आहतनाणी यांच्या वर्गीकरणाचा प्रयत्न केला आहे.

जवळपास २५०० वर्षांचा इतिहास असणाऱ्या नाण्यांनी, इतिहासात विशेषत: आर्थिक क्षेत्रात मोलाची कामगिरी बजावली आहे. मूल्यमापन, मूल्यसंचय इत्यादी महत्त्वाच्या आर्थिक कृती नाण्यांमुळे सोप्या झाल्या.

भारतीय इतिहासाच्या प्राचीन, मध्ययुगीन व आधुनिक कालखंडांतील नाण्यांचा इतिहास हा रंजक आहे. प्राचीन कालखंडाप्रमाणे मध्ययुगीन नाण्यांचा कालप्रवासही महत्त्वाचा आहे. मध्ययुगीन नाण्यांवर प्रामुख्याने लिपी व मजकूरच दिसतो, चिन्हे दिसत नाहीत. महाराष्ट्रात यादव (सु. ८६० ते १३१८), विजयनगर, बहामनी (१३५८ ते १५२६), शाही (१४८४ ते १६८७) व फारुखी (१३७० ते १५९९) नि मराठी राजघराण्यांची नाणी व त्यांची चलनपद्धती दिसते.

भारतीय इतिहासातील अतिशय महत्त्वाच्या परिवर्तनांपैकी एक म्हणजे ब्रिटिशांचे आगमन आणि भारताचा मध्ययुगीन अवस्थेतून आधुनिक काळात प्रवेश. या टप्प्यावर भारतात चलनाचे कायदे, सुवर्ण-रौप्यमान पद्धती, चलन- विषयक समिती, २० व्या शतकात रिझर्व्ह बँक, आंतरराष्ट्रीय नाणेनिधीशी संबंध अशा आधुनिक घटना दिसू लागतात. अशा स्वरूपातील घटना याच मुळी आधुनिकता व्यक्त करणाऱ्या होत.

त्या दृष्टीने महाराष्ट्र (विशेषत: प. महाराष्ट्राच्या संदर्भातील) आधुनिक- पूर्व ते आधुनिक चलन, त्यातील नाणी, आर्थिक इतिहास यांचा सध्याच्या चलनाचे 'पूर्वज' म्हणून विचार या पुढे मांडलेला आहे.

नाणी व आर्थिक इतिहास यांना केंद्रस्थानी ठेवून इतिहासाचा अभ्यास हा नवीन माहिती व ज्ञान देणारा ठरतो यात शंका नाही.परंतु तसा प्रयत्न करण्यापूर्वी इतिहासाचा एक शिल्लक राहिलेला अवशेष, साक्षीदार म्हणूनही नाण्यांचा विचार गरजेचा ठरतो.

सध्याच्या आधुनिक कालखंडात इतिहासाच्या व्याख्या, संशोधनपद्धती, स्वरूप, आणि 'इतिहासाची विविध विश्वे' इत्यादींबाबत अभूतपूर्व असा विचार सुरू झाला आहे. इतिहास हा अन्वयार्थात्मक असल्याने इतिहासाच्या बदलत्या व्याख्यांनी व विस्तारणाऱ्या स्वरूपाने इतिहाससाधनांच्या विश्वसनीयतेच्या क्रमातही बदल घडवून आणला आहे. स्थल, काल, व्यक्ती, समाज या अनुबंधाच्या चौकटीत इतिहास-साधनांच्या शास्त्रीय पद्धतीच्या परीक्षण व उपयोगाने, परंतु इतिहासलेखकाच्या कल्पनेच्या मदतीने, गतकाळाचा अन्वयार्थ मांडणारी मानवाची, मानवाच्या संदर्भातील बहुआयामी कथा म्हणजे इतिहास. डॉ. राजा दीक्षित यांनी म्हटल्याप्रमाणे, "इतिहास हा मूलतः अन्वयार्थ असतो. हा अन्वयार्थ कालमानाप्रमाणे बदलत जातो, कारण तात्त्विक अर्थाने सर्व इतिहास 'समकालीन' असतो. स्वाभाविकपणे इतिहासाचे नवनवीन पद्धतींनी विश्लेषण करणे ही ऐतिहासिक संशोधनातील एक अपरिहार्य आवश्यकता असते".[१]

तत्कालीन इतिहाससंकल्पनेच्या प्रभावातून तसेच प्रशासकीय गरजांमधून ब्रिटिशकाळात,[२] विशेषतः १९व्या शतकाच्या उत्तरार्धात व २०व्या शतकाच्या पूर्वार्धात, ऐतिहासिक कागदपत्रांची जमवाजमव करण्यात आली, परंतु त्याच्या कितीतरी आधी शिलालेख, ताम्रपट, नाणी यांचा रोमांचक संग्रह व अभ्यास सुरू झाला होता. आधुनिक काळाच्या चष्म्यातून या कालखंडाकडे पाहिले असता कागदपत्र अभिलेखादी, नाण्यांसारखी भौतिक साधने इत्यादींचा वापर प्रामुख्याने 'राजकीय' इतिहासासाठी केला गेला. त्यामुळे उत्तर आधुनिक काळात विशेषत्वाने प्रसिद्धी व मान्यता पावलेल्या सामाजिक वंचितांच्या वा अधःस्तरीयांच्या, स्त्रियांच्या इतिहासासाठी ही साधने दुय्यम महत्त्वाची वाटू लागली. इतिहाससाधनांचा योग्य तर्काच्या साहाय्याने उपयोग केल्यास ती विविधांगांनी उपयोगी ठरू शकतात. अशा दृष्टिकोनातून फ्रँक पर्लिन यांसारख्या अभ्यासकांनी पुराभिलेखीय सामग्री व प्रत्यक्ष नाण्यांच्या साहाय्याने ब्रिटिशपूर्व आर्थिक इतिहासावर प्रकाश टाकला आहे. तात्पर्याने असे म्हणता येईल की, स्थलकालाच्या मर्यादांसह इतिहासाची साधने ही 'साधने' असतात. त्यांचा विविध पद्धतींनी अन्वयार्थ लावून त्यांचे नवनवीन पद्धतींनी विश्लेषण आवश्यक ठरते.

नाण्यांचा अभ्यास करायचाय ?

जुन्या नाण्यांचा संग्रह व अभ्यास हा छंद 'जिवाला पिसे' लावणारा छंद आहे, पण बऱ्याचदा शालेय जीवनातील हे वेड, कॉलेजला जाण्याच्या आतच विरते. या छंदाला थोडीफार शास्त्रीय माहितीची जोड दिल्यास तो आयुष्यभरासाठी एक आनंदाचा स्रोत बनतो.

नाशिकच्या साधारणतः पश्चिमेस नाशिक त्र्यंबकेश्वर रस्त्यावर निम्म्या अंतरावर 'भारतीय नाणे शोध संस्था' (Indian Institute of Research in Numismatic Studies) अंजनेरी या गावाजवळ आहे. सामान्य प्रेक्षकापासून ते मुरलेल्या संशोधकांपर्यंतच्या नाणेप्रेमींची ही जगप्रसिद्ध संस्था जणू 'पंढरी' आहे.

सुसज्ज ग्रंथालय, तज्ज्ञ सुस्वभावी प्राध्यापक, हजारो छायाचित्रे, नाणेविषयक प्रकाशने, उत्तम विश्रामगृह, नाणी-लिपी परिचय वर्ग, नियतकालिके, आंतरराष्ट्रीय कार्यशाळा ही या संस्थेची वैशिष्ट्ये होत.

पत्ता : Indian Institute of Research in Numismatic Studies, P. O. Anjaneri, Nasik.

इतिहासाच्या इतर साधनांप्रमाणे एक महत्त्वपूर्ण साधन म्हणजे नाणी होत. विशिष्ट आकार, वजन, जाडी व शुद्धतेचा; वजन व शुद्धतेची हमी देणारी चिन्हे, लिपी व मजकूर यांनी अंकित, खासगी वा शासकीय सत्तेद्वारा विनिमयाचे माध्यम ठरवलेला असा धातूचा तुकडा म्हणजे 'नाणे' होय.

'पैसा'(Money) याचे प्रमुख रूप म्हणून भारतीय इतिहासाच्या सर्व कालखंडात नाण्यांनी महत्त्वाची भूमिका बजावली आहे.भारतीय इतिहासात इ.स.पू. सहाव्या शतकापासून नाण्यांची परंपरा निर्विवादपणे दाखवता येते.[३] भारताच्या विशेषतः प्राचीन आणि मध्ययुगीन कालखंडातील राजकीय, काही प्रमाणात धार्मिक आणि आर्थिक इतिहासाच्या संशोधनात व लेखनात नाण्यांचा 'अस्सल' पुरावा म्हणून उपयोग झाला आहे.

इतिहासलेखन आणि नाणी :

इतिहासाच्या लेखनात नाणी ही महत्त्वपूर्ण साहाय्यकारी अस्सल पुरावे ठरतात. जी मर्यादा इतर पुराव्यांना आहे तीच नाण्यांनाही आहे. ती म्हणजे नाणी

स्वयंसिद्ध (Axiomatic) नसतात. परंतु ग्रंथरूप पुराव्यांबाबत काळाची अचूकता संदिग्ध ठरते तसे (नाण्यांबाबत) विशेषतः (कालोल्लेखायुक्त) काळाचा स्पष्ट उल्लेख असल्याने नाण्यांबाबत होत नाही. उलट पुरातत्त्वीय उत्खननांत विशिष्ट 'स्तरातील' (Stratum) संस्कृतीचे कालनिर्देशनाचे काम नाणी उत्तम प्रकारे करतात. नाणी एक 'अवशिष्ट ऐतिहासिक वास्तव' होत. विशेषतः आर्थिक इतिहासाची ती अविभाज्य घटक असतात. त्यामुळे आर्थिक इतिहासाच्या इतर साधनांसह नाण्यांचा वापर महत्त्वाचा होय. मुळात नाण्याचे अस्तित्व क्रययोग्य वस्तू वा सेवेचे संभावित अस्तित्व प्रदर्शित करते. त्यामुळे राजनामे इत्यादींच्या संशोधनासाठी केवळ नाण्यांचा उपयोग करून त्यांची उपयोजितता मर्यादित न करता त्यांचा विविध अंगांनी उपयोग करून घेता येईल. भारतीय इतिहास- लेखनाच्या संदर्भात भारतीय नाण्यांची काही वैशिष्ट्ये नोंदवता येतील.

i) नाणी खूप मोठ्या संख्येने उपलब्ध आहेत व अद्यापि उपलब्ध होत आहेत.

ii) साधारणतः २,६०० वर्षांची अखंडित परंपरा भारतीय नाण्यांना लाभलेली आहे.

iii) या नाण्यांची 'प्रांतिक' व 'सार्वत्रिक' वैशिष्ट्ये आहेत.

iv) भारतीय चलनातील सातत्य-बदलांचा आणि इतिहासातील इतर घडामोडींचा कार्यकारणसंदर्भ नाण्यांमुळे शोधता येतो.

आधुनिक काळाकडे येताना इतिहाससाधनांची विशेषतः कागदपत्रादी लिखित साधनांची मोठी उपलब्धता असल्याने नाण्यांची उपयोजितता कमी ठरते असा समज आहे. परंतु-

i) अर्थव्यवस्थेतील विनिमयात्मक गरजा भागवणाऱ्या चलनाचा एकक, भागमूल्यांक आणि

ii) विशिष्ट कालखंडाच्या खुणा वाहणारे साधन[४] म्हणून नाण्यांचे महत्त्व कमी होत नाही. इतिहासातील परिवर्तने, बदल यांच्या साक्षी ही नाणी देतात. त्यामुळे आधुनिक इतिहाससंदर्भातसुद्धा नाण्यांची मर्यादित, पण निश्चित उपयुक्तता आहे.

समस्या आणि भूमिका :

डॉ. धनंजयराव गाडगीळ यांनी म्हटले आहे की, "आधुनिक महाराष्ट्र-समाजाची घडण, महाराष्ट्रीयांची प्रचलित मनोभूमिका व आमच्या आजच्या समस्या या कशाचाही विचार करावयाचा तर त्याचे मूळ हुडकण्यास निदान अठराव्या शतकापर्यंत तरी जाणे आवश्यक आहे."[५]

वरील विधानाच्या प्रकाशात वसाहतपूर्व कालखंडातील आणि वासाहातिक कालखंडाच्या सुरुवातीच्या बदलांचा, नाण्यांच्या आणि चलनपद्धतीच्या विशेष संदर्भातील मागोवा घेण्याचा हा एक प्रयत्न आहे. यातून,

i) १९व्या शतकाच्या पूर्वार्धातील नाणी व चलनव्यवस्थेच्या इतिहासाची; आणि

ii) या परिवर्तनाच्या कालखंडातील अप्रकाशित पैलूंची चर्चा अपेक्षित आहे.

प्रख्यात आर्थिक इतिहासतज्ज्ञ फ्रँक पर्लिन यांनी १८व्या शतकातील पश्चिम दख्खनमधील ग्रामीण समाजांबाबत प्रमुख समस्या मांडली आहे. वसाहतवादी सत्तेच्या आगमनापूर्वी येथील आर्थिकदृष्ट्या मागास व्यवस्थेचे किती प्रमाणात मौद्रिकीकरण झाले होते?[६]

पर्लिन यांचा हा प्रश्न महत्त्वाचा आहे. वास्तविक पाहता पूर्वी आधुनिकपूर्व कालखंडास 'अंधकारमय कालखंड' (Dark Age) असे म्हटले गेले. आता मात्र या कालखंडाचा विविधांगांनी पुनर्विचार सुरु झाला आहे.

१८व्या शतकातील भारताचा पुनर्विचार करताना सीमा अल्वी यांनी दोन गुंतागुंतीच्या परिवर्तनांचा उल्लेख केला आहे.

i) आर्थिक पेचप्रसंग आणि सत्ताधारी वर्गांकडून शोषण याचा परिणाम म्हणून झालेला ऱ्हास.

ii) प्रादेशिक राज्यांच्या विकासामुळे निर्माण झालेली (केन्द्रातील) राजकीय उलथापालथ.[७]

जदुनाथ सरकार यांच्यापासून इरफान हबीब यांचेपर्यंत विद्वानांनी १८व्या शतकाचे स्वरूप, मुघल साम्राज्याचा ऱ्हास, प्रादेशिक सत्तांचा उत्कर्ष याबाबत विविधांगी कारणमीमांसा केली आहे. यातील बहुतेक विद्वानांनी आर्थिक पद्धतीची कारणमीमांसा केलेली आहे. उदा. इरफान हबीब यांचे मते, जमीन- महसुलाचा

(भूमहसूलाचा) जादा दर, ग्रामीण भागातील शेतकऱ्यांचे मोठ्या प्रमाणातील शोषण, शेतकऱ्यांची स्थलांतरे आणि उठाव हे मुघल साम्राज्याच्या ऱ्हासाला कारणीभूत ठरते.[८] यासंदर्भात प्रादेशिक सत्तांचा उत्कर्ष हा अतिशय महत्त्वाचा घटक मानला आहे. या सर्व अभ्यासाचा विचार करता १७ ते १९व्या शतकांच्या अर्थव्यवस्थेचा समग्रलक्षी (Macro) आणि सूक्ष्मलक्षी (Micro) अभ्यास आवश्यक ठरतो. अर्थव्यवस्थेचा एक महत्त्वपूर्ण घटक म्हणून, अर्थव्यवस्थेची नाडी मानल्या गेलेल्या चलनाचा अभ्यास हा एकंदर अध्ययनास पूरक ठरू शकतो.

या तात्त्विक भूमिकेतून १७व्या शतकाच्या उत्तरार्धापासून ते १९व्या शतकाच्या पूर्वार्धापर्यंतच्या अनुक्रमे शिवकाल, पेशवेकाल व ब्रिटिश काळातील चलनाचा; तसेच तत्संबंधी अनेक पैलूंचा चिकित्सक विचार या ठिकाणी मांडला आहे.

सदर अध्ययन करताना नाण्यांच्या केवळ तपशिलात्मक वर्णनात न अडकता प्रसंगी त्यांचाही वापर करून इतिहासासाठी त्यांची उपयोजितता मांडण्याचा प्रयत्न केला आहे.

उपलब्ध नाणकप्रकार, त्यांचा परस्पर विनिमयसंबंध, नाण्यांबाबत कूटस्थळांची चर्चा, नवीन शोध यांचा संदर्भ घेऊन प्रकाशित, अप्रकाशित पुराभिलेखीय सामग्रीच्या व इतर साधनांच्या साहाय्याने तीन प्रातिनिधिक शतकांच्या चलनप्रकृतीचा हा चिकित्सक अभ्यास आहे.

विषयाची स्थलकालमर्यादा :

महाराष्ट्रातील चलनाचा इतिहास या पुस्तकात प्रामुख्याने चलनविषयक चिकित्सा केली असल्याने, स्थलकालमर्यादा काटेकोर पद्धतीने व्यक्त करणे कठीण आहे. सर्वसाधारपणे सध्याच्या महाराष्ट्र राज्याच्या सीमांचा संदर्भ जरी वरील महाराष्ट्रातील चलन या संदर्भात असला तरी यात अभिप्रेत परिसर हा सध्याच्या राजकीय महाराष्ट्राच्या बाहेरीलसुद्धा आहे. उदा. खानदेशाचा विचार करताना, सध्याच्या गुजरातचा काही भागही चलनदृष्ट्या या परिसराशी सलगता दाखवतो. त्यामुळे त्याचा अंतर्भाव आवश्यक ठरतो. सदर पुस्तकात जरी खानदेश, सोलापूर यांचे संदर्भ असले तरी हे अध्ययन विशेषत्वाने पश्चिम महाराष्ट्राशी जास्त संबंधित आहे.

कालमर्यादेचा विचार करता महाराष्ट्रातील मराठी राज्याचे चलन हे निर्विवादपणे १६७४ पासून दाखवता येते. म्हणून शिवकालीन चलनाच्या संदर्भात १६७४ ते १७०७ असा कालखंड मानला आहे. पेशवेकालीन चलनाबाबत, सर्वसाधारणपणे पेशवेकालखंड १७०७ ते १८१८ याचा मुख्य आधार घेतला आहे. ब्रिटिश कालखंडाबाबत स्पष्टीकरण करणे आवश्यक आहे कारण राजकीयदृष्ट्या ब्रिटिश कालखंडाचा विचार करता १८५७ हा जरी परिवर्तनाचा बिंदू असला तरी नाणकशास्त्रीय दृष्टिकोनातून १८४० हे वर्ष जास्त महत्त्वाचे ठरते. चौथा विल्यम याची नाणी आपणास १८४० पर्यंत दिसतात. त्यानंतर व्हिक्टोरिया राणीची नाणी चलनात आलेली दिसतात. १८४० पाशी थांबण्याचे दुसरे कारण म्हणजे नवीन राज्य स्थापन करताना ब्रिटिशांनी जी चलनविषयक धोरणे राबविली, त्यांचा अप्रकाशित कागदपत्रांच्या साहाय्याने मांडलेला अभ्यास येथे अभिप्रेत आहे. तसे पाहता अध्ययनाच्या स्थलकालाचा विचार करता चलन ही एक सातत्यपूर्ण गोष्ट आहे तरीही वरील स्वरूपाची कालमर्यादा ही अध्ययनाच्या सोयीसाठी मानली आहे.

संदर्भ आणि टिपा

१) श्रीधर (राजा) मधुकर दीक्षित, '१९ व्या शतकातील महाराष्ट्र : मध्यमवर्गाचा उदय' पुणे विद्यापीठाच्या पीएच.डी (इतिहास) पदवीसाठी सादर केलेला प्रबंध, (अप्रकाशित), पुणे, मार्च १९९८, पृ. 'एक'.

२) उदा. जेम्स मिल्‌चा हिस्टरी ऑफ ब्रिटिश इंडिया हा ग्रंथ इंग्लंडमधील हेलेबरी कॉलेज मध्ये क्रमिक इतिहास म्हणून शिकवला जात होता, ब्रिटिश अधिकाऱ्यांना भारतात नोकरीवर पाठवण्यापूर्वी याच कॉलेजात शिक्षण दिले जात असे. परिणामी ब्रिटिश प्रशासकांच्या भारतावरील ऐतिहासिक लेखनावर मिल्‌च्या मतांचा बराच प्रभाव दिसतो. पहा : प्रा. डी. एन्. झा, *एन्शंट इंडिया : इन हिस्टॉरिकल् आउटलाइन,* अनु. मा. कृ. पारधी, पुणे,२००२, पृ.१४.

३) P.L. Gupta, T.R. Hardaker, *Ancient Indian Silver Punchmarked Coins of the Magadha-Maurya Kãrshãpana Series*, Anjaneri-Nashik, 1985, pp. 1-2.

४) अधिक तपशिलांसाठी पहा:

P.P. Prabhune, *Coins as a Source of History : Some Problems and Perspectives*, Unpulibshed paper presented in the seminar, Department of History, University of Pune, 3rd March 1998.

५) धनंजयराव गाडगीळ, *पुणे शहरातील महाजन व नगरशेठ*, पुणे,१९६२, पृ.६ वर उद्‌धृत.

६) Frank Perlin, 'Money-use in Late Pre-Colonial India and the International Trade in Currency Media', in J.F. Richards (ed.), *Imperial Monetary System of Mughal India*, New Delhi, 1987, pp. 235-36.

७) Seema Alavi (ed.), *The Eighteenth Century in India,* New Delhi, 2002, p. 01.

८) Ibid., p.04.

❐❐

प्रकरण २ रे

मराठाकालीन चलन
(इ.स.१६७४ ते १८१८)

शिवकाळाचा नाणकशास्त्रीय अभ्यास (१६७४-१७०७)

प्रास्ताविक :

मध्ययुगीन महाराष्ट्राच्या इतिहासातील, ब्रिटिश-पूर्व कालखंडाचा विचार करता एक महत्त्वाचा कालखंड म्हणजे मराठा कालखंड (१६३०-१८१८) हा होय. अध्ययनाच्या सोयीसाठी मानलेल्या या कालखंडाचे दोन उपविभाग पडतात. त्यांतील पहिला विभाग म्हणजे शिवकाळ हा इ.स. १६३०-१७०७ असा मानला जातो, तर दुसरा विभाग म्हणजे पेशवेकाळ, हा इ.स. १७०७-१८१८ असा मानला जातो. हे कालखंड जरी अध्ययनसोयीसाठी पाडलेले असले तरी ते महत्त्वपूर्ण परिवर्तनांवर आधारित आहेत.

अभ्यासकांनी वरील कालखंड हे महत्त्वपूर्ण परिवर्तनांवर (उदा. १६३० शिवाजीमहाराजांचा जन्म) आधारित परंतु सर्वसमावेशक पद्धतीने निश्चित केले आहेत. मात्र या कालखंडांच्या आर्थिक इ. प्रकारासारख्या पैलूंबाबत काही निराळ्या स्वरूपाचे उप-कालखंड पाडणे शक्य आहे व तसे अभ्यासकांनी पाडलेलेही आहेत. उदा. महाराष्ट्राच्या चलनाचा अभ्यास करताना हा कालखंड १६७४ ते १८१८

असा मानला जातो. कारण, १६७४ पासून निर्विवादपणे मराठाराज्यप्रणीत नाणी ही पाडलेली दिसतात. ब्रिटिशपूर्व मध्ययुगीन महाराष्ट्रीय चलनाचा अभ्यास हा मराठा कालखंडाशिवाय अपुरा ठरतो. पश्चिम महाराष्ट्रात, स्थापन झालेल्या मराठा राज्याच्या काही चलनपरंपरेचे सातत्य हे आपणास अगदी ब्रिटिशकाळाच्या सुरुवातीपर्यंत दिसून येते. त्यामुळे चलनाच्या दृष्टीने शिवकाल (१६७४-१७०७) व पेशवेकाल (१७०७-१८१८) यांच्या अध्ययनास महाराष्ट्र प्रांताच्या चलनाच्या इतिहासात 'मराठा नाणकशास्त्र' (Maratha Numismatics) म्हणून ओळखले जाते. मराठा नाणकशास्त्राच्या पार्श्वभूमीवर ब्रिटिश कालखंडाच्या चलनेतिहासाचा अभ्यास संदर्भयुक्त ठरतो. कारण १७व्या-१८व्या शतकातील नाणी व चलनव्यवस्थेचा मोठा प्रभाव १९व्या शतकातील नाणी व चलनव्यवस्थेवर आढळून येतो. त्यामुळे मराठा नाणकशास्त्रातील नाणी, चलनव्यवस्था, नाण्यांची उत्पादनपद्धती व त्यांचे गुणावगुण यांचा विचार आवश्यक आहे.

शिवकाळातील चलनाचा कागदपत्रांच्या विशेष संदर्भात पुरेसा अभ्यास झालेला नाही. प्रत्यक्ष 'नाणी' आणि 'कागदपत्रे' यांचा स्वतंत्र विचार अनुक्रमे नाणीसंग्राहक आणि इतिहासअभ्यासक यांच्या पातळीवर झाला आहे. या दोहोंचा संगम ही अभ्यासातील पोकळी (Lacuna) आहे[१]. शिवकालीन नाणेप्रकारांचा आढावा घेता, सोन्याचा होन, चांदीची लारी व तांब्याची शिवराई हे प्रमुख नाणेप्रकार आढळतात. या नाणेप्रकारांचा विचार करता, न्या. महादेव गोविंद रानडेंपासून अनेक अभ्यासकांनी 'होन' या सुवर्णनाण्यांच्या १७व्या शतकाच्या चलनातील महत्त्वाबाबत लिहिले आहे. यासंदर्भात फ्रँक पर्लिन यांनी सचित्र संशोधन मांडले आहे[२].

होनाचा प्रश्न :

भारतीय इतिहासात चालुक्यकाळापासून (सु. ५०० ते ११८९) ते शिवकाळापर्यंत होन या भागमूल्यांकाच्या (परिमाणाच्या) सुवर्णनाण्यांचा चलनात उपयोग होत होता. 'शिवराई होन' या नाणक उल्लेखाने काही संशोधकांना संभ्रमात टाकले होते. कारण,

१) राज्याभिषेकप्रसंगी (१६७४) 'शिवराई' होन शिवाजी महाराजांनी पाडला; पण,

२) 'सभासद बखर' तसेच शिवपूर्वकालीन 'वकाई' ग्रंथातही शिवराई होनाचा उल्लेख आहे[३].

विजयनगर साम्राज्याचा सुवर्णहोन (वजन ३.४ ग्रॅम्स)

वरील शिवपूर्वकालीन ग्रंथात वर्णन केलेला 'शिवराई होन' हा विजयनगर साम्राज्यातील सदाशिवराय (इ.स.१५४२-१५७६) याचा होय. हे लक्षात घेता शिवराई होनांमध्ये गल्लत होण्याची शक्यता नाहीशी होते.

शिवाजी महाराजांनी पाडलेले होन : पुढील बाजूवर 'श्री / राजा / शिव', मागील बाजूवर 'छत्री/पति' अशा लेखाचे सुवर्णहोन (वजन २.७२ ग्रॅम्स) उपलब्ध आहेत[४]. मात्र शासकीय आणि खाजगी संग्रहात मिळून १०चे वर असे होन दाखवता येत नाहीत. त्यामुळे अशा शिवराई होनांची संख्या किती? इतक्या अल्प प्रमाणात ते उपलब्ध असल्यास त्यांना शिवकालीन चलनात प्रमुख नाणे मानायचे का? - असे प्रश्न उपस्थित होतात. याबाबत काही प्रातिनिधिक मतांचा विचार करू ...

१) प्रा.ग.ह. खरे यांनी काहीशा उत्तरकालीन कागदपत्रांच्या साहाय्याने शिवाजीमहाराजांनी पाडलेले 'शिवराई होन' बऱ्याच संख्येने चलनात असावेत असे मत मांडले आहे[५].
२) सभासद बखरीतील नाण्यांची यादी पाहता ते सर्व विजयनगरीय होन होत.
३) शिवकाळात दर्शनी मूल्याचे चलन नव्हते तर अंतर्गत मूल्याचे होते. त्यामुळे होन या भागमूल्यांची कोणत्याही राजा / राजवंशाची नाणी (नाणी + मूल्यसंचय म्हणून)[६] वापरात होती.

या विवेचनाच्या प्रकाशात सभासद बखरीत वर्णन केलेल्या नाणकनामांचा विचार करता शिवकालीन चलनातील संमिश्रतेचा अंदाज येतो. विजयनगरीय होनांपासून ते 'पुतळी'[७] पर्यंत सर्वांचा समावेश तत्कालीन चलनात होता.ही नाणी मूल्यसंग्रह म्हणून पेशवेकाळातही होती, पण १९व्या शतकात रौप्यमान पद्धतीत (Silver Standard) यांचे नाणे म्हणून अस्तित्व राहिले नाही.

होनाची चलनपद्धती व भागमूल्यांक

राजव्यवहारकोशात होनाचे भागमूल्यांक आणि चलनपद्धती पुढील शब्दांत दिलेली आहे :

द्रव्यं तु नख्त संज्ञं स्यात् वराहो होन उच्यते ।।३८।।
तदर्धं तु प्रताप: स्याद् भाषयोरुभयोरपि ।।
वराहपादो धरणश्चवलस्त्वष्टमांशक: ।।३९।।
दुवल: षोडशांश: स्यान्मोहरा तु बुधै: स्मृतम् ।।
सुवर्णनिष्कं रजतनिष्कं स्याद्रूपयाभिधम् ।।४०।।
वाच्या रजवर्ती तु लाहरी फलम: पण: ।।
ताम्रद्रव्यं तु खुर्दा स्याद् बस्तनं बन्धनं स्मृतम् ।।४१।।[८]

या उल्लेखांवरून तत्कालीन नाण्यांचे कोष्टक पुढीलप्रमाणे मांडता येईल :

१ वराह /होन =२ प्रताप
४ धरण
८ चवल
१६ दुवल

१ रुपया = १ रजतनिष्क.
१ फलम (फणम्) =१ पण.
लारी (लाहरी)

वरील चलनपद्धती ही विजयनगरीय चलनपद्धतीवर आधारित आहे. विविध ठिकाणीं पाडलेल्या होनांमध्ये वजनाचा नसला तरी कसाचा फरक असे. पेशवेकालीन चलनात होनास प्रमुख स्थान नसले तरी तत्कालीन पेढी व्यवहारात विविध कसाच्या होनांची अदलाबदल चालत असे.[९]

शिवकालीन कागदपत्रात होनांचे 'होन, निशाणी होन, पातशाही होन, कावेरीपाक होन' इत्यादी उल्लेख येतात. एकंदरीत शिवकालीन चलनात होन या नाणेप्रकारास मोठे महत्त्व होते.

रजतचलन (Silver Currency) :

शिवकाळाच्या पूर्वार्धात मराठ्यांचा राज्यविस्तार कोकण प्रांतात अधिक होता.[१०] त्यामुळे लारी हे मूलत: आदिलशाही प्रणीत चांदीचे नाणे चलनात होते. राजव्यवहारकोशात यास 'रजतवर्ती' म्हटले आहे. संभाजीकालीन कागदपत्रांतही लारी नाण्यांचे बरेच संदर्भ येतात.[११]

मात्र शिवरायांनी मराठा राज्याची चांदीची नाणी प्रसारित केली किंवा नाही याबद्दल अद्यापि वाद आहे. 'राजा/शिवछ/ त्रपति' आणि 'श्रीज/गदबाप्र/सन' अशा लेखाचे रुपया परिमाणाचे नाणे मिळाले आहे.[१२] ग.भा. मेहेंदळे यांनी मात्र

शिवरायांच्या चांदीच्या नाण्यांची शक्यता नाकारली आहे.[१३]

शिवकालीन कागदपत्रांत लारी आणि रुपया यांचे उल्लेख येतात. शिवाजीमहाराजांचे स्वतंत्र रजत चलन मोठ्या संख्येने नसावे. याची काही कारणे पुढीलप्रमाणे होत.

१) विजयनगरीय चलनाचा मोठा प्रभाव शिवचलनावर होता. विजयनगरमध्ये रजत चलन मोठ्या प्रमाणात नव्हते.

२) शिवपूर्वकालीन आदिलशाही, कुत्बशाही इ. राज्यात स्वतंत्र रजत चलन नव्हते,त्यांचे एकही चांदीचे नाणे अद्याप उपलब्ध नाही.[१४]

३) शिवाजीमहाराजांचे वंशज संभाजी, राजाराम यांनी रजतचलन प्रसारित केल्याचा उल्लेख व पुरावा नाही.

तात्पर्य, १७व्या शतकात महाराष्ट्रात मराठा राज्यप्रणीत स्वतंत्र रजत चलन अद्याप उपलब्ध नाही. अर्थात मोगलांचे रुपये काही प्रमाणात चलनात होते.

ताम्रचलन (Copper Currency) :

१७,१८ आणि १९ व्या शतकाच्या चलनपद्धतीत टिकून राहिलेले, खऱ्या अर्थाने मराठा राज्याचे प्रतीक म्हणजे शिवराई. शिवाजीमहाराजांनी सुरू केलेल्या या नाणेप्रकारास 'शिवराई' म्हणतात. 'श्री/ राजा / शिव' व 'छत्र / पति' असा लेख पुढील, मागील बाजूवर बिंदुमय वर्तुळात असतो.

पेशवेकाळात शिवराई प्रकारच्या नाण्यांवर फक्त 'श्री / राजा' मागे 'छत्र / पति' असा लेख येतो. शिवकालीन कागदपत्रांत तांब्याच्या नाण्यांचे अनेक उल्लेख येतात. उदा. रूका, तिरूका, पैसा इ.

शिवराई या तांब्याच्या नाण्याचे १५० प्रकार मिळाले आहेत; आणखीही मिळत आहेत. आवटी अभ्यासाच्या प्रतिमानाचा (Die Studies Model) उपयोग करून एकूण उत्पादित शिवराई नाण्यांची किमान संख्या ४,५०,००० मानता येते.[१५]

शिवाजी महाराजांची
तांब्याची शिवराई

शिवछत्रपतींची चलनविषयक जागरूकता

शिवाजी महाराजांच्या राज्याभिषेकासाठी हेन्री ऑक्सिंडेन हा ब्रिटिश वकील (राजप्रतिनिधी) रायगड येथे आला होता. (६ जून १६७४) राज्याभिषेकाचे औचित्य साधून त्याने काही मागण्या शिवरायांमसोर मांडल्या. राज्याभिषेकाच्या मंगल धामधुमीत आपल्या सर्वच मागण्या मान्य होतील असा त्यांचा समज होता.

ऑक्सिंडेन लिहितो , 'Rajah graunted all our demands except those two articles, wherein it is expressed that our moneys shall go current in his dominions and his on Bombay.' शिवछत्रपतींनी वरील कलमास ज्यात 'आमची (ब्रिटिश) नाणी तुमच्या प्रांतात चालवावीत' असे म्हटले होते ते नाकारलेले दिसते. उगाच नाही आज्ञापत्रात ब्रिटिशांसारख्यांबाबत म्हटले,

'त्याहिवरी हट्टी जात. आलें स्थळ मेलियानें सोडावयाचे नव्हेत.'

पैसोत्पादनाधिकार (Moneyage) :

शिवकाळात 'एक देश एक चलन' तसेच 'केन्द्रीय टांकसाळ' या आधुनिक संकल्पना नव्हत्या. स्थानिक सराफ, सोनारांना परवाना देऊन विशिष्ट वजन, कस याची नाणी पाडून घेतली जात. प्रति १०० लारींमागे १ लारी, व १ मण तांब्याच्या नाण्यांमागे ५ लारी मेहनताना मिळत असे.

वरील सराफी, सावकारी पद्धतीशिवाय राजगड या दुर्गावर नाणी पाडली जात असा संदर्भ मिळतो.[१६]

शिवकालीन कागदपत्रीय संदर्भ पेशवेकाळाच्या तुलनेत खूपच कमी आहेत, शिवकालीन राज्याचा विस्तार आणि अर्थव्यवस्था यांची विस्तारवादी पेशवेकाळाशी तुलना करता हे साहजिकच आहे.

नाणकोत्पादन क्षमता (Mintability) :

मोगल कालखंडाच्या संदर्भात नाणकोत्पादनक्षमतेचा विचार शिरीन मोसवी यांनी केला आहे.[१७] शिवकाळाच्या संदर्भात असा अभ्यास झालेला नाही.कारण त्याला काही मर्यादा पडतात. त्या पुढीलप्रमाणे,

१) शिवकालीन राज्यविस्तार याच्या मर्यादा,

२) नाण्यांवर टांकसाळस्थळे (Mintplaces) अंकित केलेली नाहीत.

३) शिवकालीन चलन हे अंतर्गत मूल्याधारित, कालोल्लेखरहित चलन होते.

आधुनिक नाणकशास्त्रात चलनातील नाणकसंख्येबाबत नवनवीन प्रयोग समोर येत आहेत. यामुळे शिवकाळाच्या संदर्भात वरील स्वरूपाच्या अभ्यासाची गरज आहे.

शिवकाळाचे आर्थिक स्वरूप आणि वित्तीयीकरण (Monetization) :

शिवकाळ वा १७ वे शतक हा मध्ययुगीन भारतीय इतिहासातील एक कालखंड होता. ब्रिटिश अंमलापूर्वीच्या या काळात भारतात भांडवलशाही विकसित झाली होती का, असल्यास किती प्रमाणात, नसल्यास का नाही–इत्यादी महत्त्वपूर्ण प्रश्नांची चर्चा विद्वानांनी केली आहे.[१८] भारतीय संदर्भात 'मध्यमवर्गीय भांडवलशाही विकासाच्या क्षमता असूनही जातिव्यवस्थेची स्थितिशीलता व नोकरशाहीची हुकूमशाही प्रवृत्ती त्यामुळे प्रत्यक्षात असा विकास शक्य झाला नाही' असे मत डॉ. श्री. म. तथा राजा दीक्षित यांनी मांडले आहे.[१९]

वरील विवेचनाच्या प्रकाशात शिवकाळातील काही आर्थिक तथ्यांचा विचार करावा लागतो,

१) शिवकालीन महाराष्ट्रात 'उपजीविकाप्रधान' प्रकारची शेती हाच प्रमुख जीवनोपाय असल्याने पैशाच्या स्वरूपातील व्यवहारांना मर्यादा होती.
२) 'राजभाग' (King's Share) हा 'नख्त' (रोख) व 'ऐनजिनसी' (वस्तुरूप) प्रकारचा (मिश्र)होता.
३) पेढीव्यवहार मोठ्या प्रमाणात विकसित झालेला दिसत नाही. त्याबाबतचे पुरावे उपलब्ध नाहीत.

शिवकालीन महाराष्ट्रातील वित्तीयीकरणाबाबत स्टचुअर्ट गॉर्डन यांनी स्थानिक दाने (Local Grants) या वस्तुरूपात आहेत, तसेच शिरवळजवळील शेताच्या साऱ्याबाबत मागणी धान्यरूपात होती असे दाखवून, 'महाराष्ट्रात विशेषतः देशावर वित्तीयीकरण सामान्यतः निम्न दर्जाचे होते'.[२०] असे मत मांडले आहे. '१६व्या शतकामध्येदेखील बऱ्याच क्षेत्रांमध्ये व्यापार चालत होता आणि काही प्रमाणात पैशाचा उपयोग केला जात असे'. स्ट्युअर्ट गॉर्डन यांच्या विवेचनावरून १६ व १७व्या शतकात मोठ्या प्रमाणात वित्तीयीकरण झालेले नव्हते हे तत्थ्य लक्षात येते.[२१]

शिवकालीन महाराष्ट्रावर लिहिणाऱ्या डॉ. अ.रा. कुलकर्णी यांनी, 'मध्ययुगीन महाराष्ट्रात, शेती ही एकच प्रमुख जीवनपद्धती होती. तसेच या प्रदेशात वित्तीय देवाणघेवाण फारच मर्यादित स्वरूपात होती', असे मत मांडले आहे.[२२]

प्रत्यक्षात १७व्या आणि १८व्या शतकातील वित्तीयीकरणाचा स्वतंत्र स्वरूपांचा अभ्यास करण्याची आवश्यकता आहे. या दृष्टिकोनातून १९व्या शतकाची पार्श्वभूमी म्हणून १८व्या शतकाची मौलिक चिकित्सा प्रा. डॉ.अरविंद देशपांडे यांनी केली आहे. त्यांच्या मते, "तत्कालीन अर्थव्यवस्था ही मोठ्या प्रमाणात शेतीप्रधान होती आणि ही शेती मुख्यतः उपजीविकाप्रधान होती. तिला व्यापाराचे स्वरूप नसले तरीही, अर्थव्यवस्था स्थिर होती. या गावगाडा पद्धतीने मराठ्यांना आर्थिक स्थिरता दिली, ज्यामुळे मराठी सैन्याच्या राजकीय महत्त्वाकांक्षेस प्रेरणा मिळाली".[२३]

एकंदरीत, १७ व्या शतकाच्या संदर्भात व्यापक वित्तीयीकरण घडले नव्हते असे अभ्यासकांचे मत आहे. या संदर्भात काही बाबी लक्षात घेणे गरजेचे आहे :

१) अभ्यासकांनी शिवराज्याभिषेकवेळी प्रांताची लोकसंख्या ही ६५ लाखांच्या घरात मानली आहे.[२४]

२) कोकणातील व्यापारी बंदरे, कोकण-देश यांतील तीर्थक्षेत्रे, व्यापारी पेठा वगळता मोठ्या आर्थिक उलाढालीची शक्यता कमी होती.

३) शिवकालीन किल्ले हे परगण्यावरील नियंत्रणाचे व राजस्व जमा करण्याचे केंद्र मानल्यास धान्यरूप, रोख महसूल मराठा राज्यातील दुर्गम प्रदेशातून जमा होत असे.[२५]

या बाबींच्या साहाय्याने शिवकाळातील वित्तीयीकरणाबाबत अध्ययन करणे शक्य आहे, शिवराज्याभिषेकाच्या वेळची लोकसंख्या लक्षात घेता इतर पुराव्यांच्या साहाय्याने तत्कालीन परिस्थितीत वित्तीयीकरणाचा विचार करता येईल आणि मोठ्या आर्थिक उलाढालींची शक्यता जरी कमी असली तरी नक्की किती प्रमाणात वित्तीयीकरण झाले होते याचा अंदाज बांधता येऊ शकतो. उदा. शिवकालीन किल्ल्यांशी संबंधित कागदपत्रांचे अध्ययन (या गोष्टींवर प्रकाश टाकू शकेल की) दुर्गम परिसरातूनही महसूल हा होत होता व तो काही प्रमाणात रोख स्वरूपातीलही होता, या गोष्टींवर प्रकाश टाकू शकेल. या संदर्भात, मौद्रिकीकरण वा वित्तीयीकरणाचा एक मानक म्हणून नाण्यांचा विचार करता येईल. चलनातील श्रेष्ठतम नाण्यापासून कनिष्ठतम नाण्यापर्यंत जितकी जास्त विविधता तितकी आर्थिक व्यवहारातही येते. कमीत कमी भागमूल्यांकांची नाणी कागदपत्रांत व प्रत्यक्षात जितक्या जास्त प्रमाणात सापडतील तितकी ती सामान्य माणसाच्या सार्वत्रिक अल्प क्रय पातळीबाबत निर्देशन करतात. त्यामुळे वरील मुद्द्यांच्या संदर्भात वित्तीयीकरणाचा अधिक सखोल अभ्यास गरजेचा आहे. शिवकालीन पत्रांचा अभ्यास याबाबत महत्त्वपूर्ण ठरतो. (पहा कोष्टक क्र.१ : शिवकालीन पत्रांत उल्लेखित नाणकप्रकारांचे क्रमबद्ध कोष्टक)

कोष्टक १: शिवकालीन पत्रांत उल्लेखित नाण्यांच्या तत्कालीन व्यवहारांतील संख्या दर्शविणारे क्रमबद्ध कोष्टक

नाणे / वर्ष	होन	पातशाही होन	निशाणी होन	कावेरीपाक होन	रुपया	लारी	रुका	ससगाणी	फलम	टका	अडका
१६४६		३४०									
१६४७							३			४१०	
१६४७							२४			१०	
१६४७							१				
१६४७							१०				
१६४७							९				
१६४८	१				१		१				
१६४८							६				
१६४८							९				
१६४९							१				
१६४९							१				
१६४९							६				
१६४९							६				
१६४९							३				
१६४९							१				
१६४९							६				

कोष्टक १: शिवकालीन पत्रांत उल्लेखित नाण्यांच्या तत्कालीन व्यवहारांतील संख्या दर्शविणारे क्रमबद्ध कोष्टक

नाणे / वर्ष	होन	पातशाही होन	निशाणी होन	कावेरीपाक होन	रुपया	लारी	रुका	ससगाणी	फलम	टका	अडका
१६५०										२४०	
										१००	
१६५०										१६६	
१६५१							२				
१६५१							६				
१६५२	५०										
१६५३	१००	१००					१२			१	
१६५३	४००						६			३२	
१६५४							६			७	
१६५६							२			३००	६११
										७	
१६५७	५९४										
१६५७	५००										
१६६२						२०००					
१६६५	१००										
१६६८		१००								६६१	

कोष्टक १: शिवकालीन पत्रांत उल्लेखित नाण्यांच्या तत्कालीन व्यवहारांतील संख्या दर्शविणारे क्रमबद्ध कोष्टक

नाणे / वर्ष	होन	पातशाही होन	निशाणी होन	कावेरीपाक होन	रुपया	लारी	रुका	ससगाणी	फलम	टका	अडका
१६५०										२४०	
										१६६९	५००
२०००								१०			
१६७०	१००					३०	२६			१	
१६७०	१००							३		१	
१६७१	३	१००			१००००		१२				
१६७१	१९८					१२५					
१६७३	२९१	६७४	१००	२००००							
१६७०	१००					३०	२६			१	
१६७०	१००							३		१	
१६७१	३	१००			१००००		१२				
१६७१	१९८					१२५					
१६७३	२९१	६७४	१००	२००००							
१६७४		२००००									
१६७४		२००००					१			१२५	

नाणे / वर्ष	होन	पातशाही होन	निशाणी होन	कावेरीपाक होन	रुपया	लारी	रुका	ससगाणी	फलम	टका	अडका
१६७६										६०	
१६७७	४२०			७४				२०			
१६७७	३६०			१३							
१६७७				२५							
१६७८	१२५										
१६७९			१८								
१६८०	१६५		५००								
१६८०			१६५								

सदर कोष्टकाच्या अध्ययनावरून एक गोष्ट लक्षात येते की, रुका या नाणेप्रकाराचे स्वतंत्र असे सर्वाधिक उल्लेख आहेत. एकीकडे पातशाही होनाचे वीसहजार या संख्येने उल्लेख आहेत तर दुसरीकडे रुका या अतिशय लहान भागमूल्यांकाच्या नाण्याचे एकपासून ते सव्वीस या संख्यांचे उल्लेख आहेत. याचा अर्थ स्पष्ट आहे की, शिवकाळात लहान भागमूल्यांकांची अर्थातच कमीतकमी क्रयशक्ती असणारी नाणी ही खरेदी-विक्री व्यवहारात होती. नाण्यांचा तत्कालीन अर्थव्यवस्थेत अल्प का असेना परंतु वापर होता व धीमी वित्तीयीकरणाची प्रक्रिया आढळून येते.

समारोप :

अशा रीतीने शिवकाळाचा नाणकशास्त्रीय अभ्यास आपणास तत्कालीन आर्थिक वास्तवाची माहिती करून देतो. उत्तर मध्ययुगातील स्वतंत्र मराठी राज्याचे अस्तित्व प्रदर्शित करणारे, मराठी भाषक चलन म्हणून शिवाजीमहाराजांच्या सोन्याचा होन व तांब्याची शिवराई यांचा विचार करता येतो. शिवकालीन चलनाच्या संख्येला, चलनविषयक प्रशासनपद्धतींना (उदा. चलनाचे परवाने, अटी इ.) जरी मर्यादा असल्या तरी शिवकालातील प्रातिनिधिक पत्रांतील नाण्यांच्या प्रकारांचा व तत्कालीन व्यवहारातील संख्यांचा अभ्यास करता वित्तीयीकरणाच्या प्रगतीबाबतची प्रगती लक्षात येते. तरीही अनेक व्यवहार हे वस्तुरूपात होते याही तथ्याकडे लक्ष द्यावे लागते. १८व्या शतकाच्या सुरुवातीपासून या चलनपरंपरेस एक स्वतंत्र वळण लागलेले दिसते. समकालीन राज्यस्थितीचे प्रतिबिंब हे काही प्रमाणात चलनावरही पडत असते असे आढळून येते.

पेशवेकाळाचा नाणकशास्त्रीय अभ्यास (१७०७-१८१८)

प्रास्ताविक :

औरंगजेब या साम्राज्यवादी मोगल सम्राटाच्या इ.स.१७०७ मधील मृत्यूनंतर, बाळाजी विश्वनाथाने दिल्लीहून आणलेल्या सनदांच्याद्वारे मराठी राज्याला लेखी वैधानिकता मिळाली. या मान्यतेबरोबरच मराठी राज्य हे मोगलांचे अंकित बनले. मोगल बादशाहचे नाममात्र वर्चस्व मान्य केलेल्या छत्रपती शाहूंच्या मार्गदर्शनाखाली 'मराठा मंडळा'तील पेशवे हे 'कुलमुखत्यार' बनले. बादशाह-शाहू-पेशवे-इतर सरदार यांच्यातील संबंधांचा विचार करता या पद्धतीच्या राज्यासाठी सामन्तशाहीचे

प्रतिमान लागू होते. तत्कालीन नाण्यांवरील राजनामांचे अध्ययन करता, याचे प्रत्यंतर येते. या काळातील चलनावर छत्रपती शाहू वा पेशवे यांचे नाव दिसत नाही[२६] तर मोगल बादशाहाचे नाव दिसते. ही स्थिती फक्त मराठ्यांची नाही तर उत्तर राजवटींच्या चलनावरही मोगल बादशाहाचे नाव दिसते. उदा. शिखांची नाणी पाहिली तर हेच आढळते.

वरील विवेचनातील १८व्या शतकातील नाण्यांना सदृश मोगल (Quasi Mughal) अशी संज्ञा वापरली जाते. कारण ही नाणी उत्तरेतील मोगलांच्या नाण्यांसारखी असतात परंतु या नाण्यांवरील पुढील घटकांच्यामुळे ती सहजपणे प्रांतिक सत्तांची म्हणून ओळखली जातात. उदा. मराठ्यांची नाणी इ. व यास विद्वत्क्षेत्रात अधिमान्यताही मिळालेली आहे.[२७]

१. या नाण्यांवरील टांकसाळनामे (Mint names) पाहता ही ठिकाणे मोगलांच्या प्रत्यक्ष नियंत्रणाखाली नव्हती. उदा. 'मुहियाबाद पुना' हे पुणे या ठिकाणचे टांकसाळनाम अथवा 'गुलशनाबाद नासिक' हे टांकसाळनाम.
२. या नाण्यांवरील विविध स्थानिक चिन्हे वा टांकसाळीशी संबंधित चिन्हे ही मूळ मोगल नाण्यांपेक्षा खूप वेगळी असतात. उदा. होळकरांच्या चांदीच्या नाण्यावरील शिवलिंग हे चिन्ह, मूळ मोगल नाण्यांवर आढळत नाही.
३. या नाण्यांवरील अभिलेख (Legend) व त्याची प्रकारशास्त्रीय रचना (Typographical Arrangement) ही वेगळी असते.
४. या नाण्यांचा एकंदर पोत (Fabric) वेगळा असतो.

या संदर्भातील तथ्ये लक्षात न घेतल्याने त्र्यं.शं शेजवलकर लिहितात, 'पेशवाईत तथाकथित साम्राज्याला स्वतःचे नाणेही नव्हते. महाराष्ट्रातींल टांकसाळी मोगल बादशहांच्या बिरुदावलींसह फारसी भाषेत अंकित केलेली नाणी पाडीत. शिवशाहीचे नाव केवळ तांब्याच्या शिवराई पुरतेच उरले होते. तरिही शाहूंचे राज्य स्वतंत्र होते, असे आग्रहाने सांगितले जाते.'[२८]

इतिहासाचे स्वरूपच मुळी अन्वयार्थात्मक असल्याने इतिहासाचे एकांडे साधन हे पूर्णतः स्वयंसिद्ध पुरावा होऊ शकत नाही. त्याचा इतर साधनांसह अन्वयार्थ लावून काढलेले निष्कर्ष हे वास्तवाच्या कसोटीवर जास्त उतरतात.मोगल पद्धतीचे चलन हे केवळ आपण मोगलांच्या अंकित आहोत हे दर्शविण्यासाठी नसून प्रत्यक्षात हे चलन मराठ्यांच्या विशेषतः उत्तरेकडील विस्तारवादास[२९] पोषक चलन आहे. नाणे

ज्या परिसरात चालवायचे आहे त्या परिसरातील व्यापारी तसेच इतर लोक यांनी ते चटकन स्वीकारले पाहिजे ही आवश्यकता असते. वापरकर्त्यास मैत्रीपूर्ण (User friendly) नसेल तर ते चलन शंकास्पद मानले जाऊन त्याच्या प्रचलनात अडचणी निर्माण होऊ शकतात.

वरील विवेचनाच्या प्रकाशात महाराष्ट्रातील सुरुवातीच्या ब्रिटिश नाण्यांचे अध्ययन केल्यास त्यावरही, पेशव्यांच्या नाण्याबरहुकूम नाणी पाडल्याने, शाहआलम बादशाहचे नाव दिसते की जो सदर नाणी पाडण्याच्या सुमारास हयात नव्हता. शेजवलकरांच्या उपरिनिर्दिष्ट विधानाच्या प्रकारचे विधान महाराष्ट्रातील सुरुवातीच्या ब्रिटिश नाण्यांबाबत करायचे झाल्यास 'ब्रिटिशांचेही स्वनामांकित चलन नव्हते म्हणजेच ते मोगलांचे अंकित होते' हे विधान सर्वस्वी तत्कालीन वास्तवास सोडून होईल.

म्हणून १८व्या शतकातील मराठा चलनातील प्रकृती अभ्यासणे, या चलनातील परिवर्तनांचा सूक्ष्म आणि स्थूल पातळींवर वेध घेणे आवश्यक आहे. १८व्या शतकातील चलन हे पूर्वसूरी चलनाचीच प्रतिकृती होते की त्यात काही नावीन्य परिवर्तने होती?, त्या चलनाचे बाह्य व अंतर्गत स्वरूप कसे होते?, तत्कालीन आर्थिक वास्तवाचे काही प्रतिबिंब या चलनात दिसते का? थोडक्यात १८व्या शतकातील चलनात काही बदल स्थैर्य-व्यापकता दिसतात का? तसेच ब्रिटिश-पूर्व चलन म्हणून त्याचे काही गुणावगुण आहेत का?, असल्यास कोणते याचा विचार करणे आवश्यक ठरते.

वरील संदर्भातील मुद्द्यांचा विचार अगत्याचा आहे.

१८व्या शतकातील चलनपद्धती व त्यातील नावीन्य :

'सातत्य आणि बदल' हा अन्य इतिहासप्रकारांप्रमाणे चलनाच्या इतिहासाचासुध्दा नियम मानला पाहिजे. १७ व्या शतकातील चलनांचे सातत्य आणि १८ व्या शतकातील परिवर्तन हे १८व्या शतकातील चलनपद्धतीत आढळून येतात.

१७व्या शतकात सुवर्णचलनास महत्त्व होते, तर १८ व्या शतकात ते रौप्य चलनास असल्याचे दिसते. याचा अर्थ असा नव्हे की १८ व्या शतकात सुवर्णचलनाचा वापर थांबला. सोन्याच्या मोहरा व होन हे प्रचलित होते. उदा. दिल्लीच्या बादशहाच्या नावे असणारी 'आलमगिरी' मोहोर तसेच 'देवराई', 'अच्युतराई', 'शिवराई' होन चलनात होते.

१ होनाचे ३ रुपये, ५६ आणे, २२४ पैसे, ६७२ रूके होत असत; तर ५ होनांची १ मोहोर असे सर्वसाधारण कोष्टक होते.

दक्षिण भारतात सोन्याचे 'फणम चांदीचे', 'चक्रम' व तांब्याचे 'कासू' हे मूल्यांक (Denominations) असत.

१८व्या शतकातील चलनपद्धती पुढीलप्रमाणे[३०]

भागमूल्यांक :

१२ ते १५ रुपये	= १ मोहोर
३ $^{१}/_{२}$ रुपये	= १ होन
१६ आणे	= १ रुपया
४ पैसे	= १ आणा
३ रूके	= १ पैसा

१ रुपयाचे $^{१}/_{२}$ रुपया (अधेली, आठ आणे), $^{१}/_{४}$ रुपया (पावली, चार आणे), $^{१}/_{८}$ रुपया (चवली, दोन आणे) असे भागमूल्यांक होते.

तांब्याच्या नाण्यात ढबू (दोन पैसे) व धेला (अर्धा पैसा) व रुका (पै) असे भागमूल्यांक होते.

नाणकनामे (Nomenclature) :

डॉ. शैलेन्द्र भांडारे यांनी ना.गो. चापेकर यांच्या 'पेशवाईच्या सावलीत' या ग्रंथात उल्लेखिलेल्या नाणकनामांचा कागदपत्रे व नाणी यांच्या साहाय्याने अभ्यास करून त्यांचे वर्गीकरण[३१] पुढीलप्रमाणे केले आहे.

१) नाण्यावरील मजकुरावरून पडलेली नावे: आलमगिरी, देवराई इ.

२) टांकसाळ ठिकाणावरून पडलेली नावे: चांदवडी रुपया, पुणेरी मोहोर, दिल्ली सिक्का इ.

३) नाणी पाडणाऱ्या मक्तेदारावरून पडलेली नावे: अशा नाण्यांना शाही हा प्रत्यय दिसतो उदा. प्रख्यात सरदार, सावकार मल्हार भिकाजी रास्ते यांच्या बागलकोट या टांकसाळीतील रुपयास 'मल्हारशाही' रुपया म्हणत. तर पुणे येथील दुल्लभशेटच्या रुपयास 'शेटशाही' म्हणत.

४) नाण्यांवरील भिन्नत्वदर्शक चिन्हावरून पडलेली नावे : उदा. चाकणच्या रुपयावर 'श्री' हे नाव असे. त्यास 'श्री सिक्का' तर पुण्याच्या रुपयावर गणपतीच्या हातातील 'अंकुश' या आयुधाचे चित्र असे त्यास 'अंकुशी' म्हणत.

५) नाण्याच्या प्रचलनावरून नाव: 'वसई-चाल चांदवड' याचा अर्थ चांदवड प्रकारचे वसई प्रांतात चालणारे वा 'बाघचलनी' वाघाचे चित्र असणारे बेदर येथील नाणे इ.

६) सर्वसाधारण नावे: उदा. मिठे-शुद्‌ध, भुंडे वा फुटके ज्यातून गैरमार्गाने धातू काढला गेला आहे. वा 'पंचमेळ'-विशिष्टत्वरहित (non-specific)

डॉ. भांडारे यांच्या वरील विवेचनातील अंकुशी या प्रकारचा रुपया चिंचवड येथेही पाडला जात होता असा उल्लेख नव्याने सापडलेल्या ब्रिटिश जाहीरनाम्यात आहे.[३२]

होळकरांचा चांदीचा रुपया

कथा पातुरच्या खजिन्याची

ही सत्यकथा इ. स. १९७४ सालची. एका लग्नात एक 'शराबी' झुलत आला आणि नवरीच्या हातावर १३ ग्रॅम शुद्ध सोन्याची मुद्रा आहेर म्हणून दिली. अकोल्यापासून साधारणत: ३० कि.मी. अंतरावर 'बोर्डी' नदीच्या पात्रात ती मुद्रा सापडल्याचे कळताच लोकांची झुंबड उडाली. पेटते टायर, पेट्रोमॅक्स इ. च्या प्रकाशात 'नाणे संशोधन' सुरू झाले. नाणी सापडावी म्हणून 'गिनीदेवी' नावाची नवीन शेंदूर फासलेली शिळा उभारून काम सुरू झाले. लोकांना हजारो सुवर्णमुद्रा मिळू लागल्या. सरकारी यंत्रणेस कळताच पोलिसांनी घटनास्थळी धाव घेतली. अश्रुधुराची ४ नळकांडी फोडूनही जमाव पांगेना, तेव्हा १४४ कलम जारी करावे लागले. अखेरीस ३६ किलो वजनाची; ३ हजार २६२ सुवर्णनाणी मिळाली.

इतिहासाच्या नोंदीवरून असे दिसते की, शाहजहानच्या (१५९२-१६५८) ख्वाजाजहाँ या सरदाराने बोर्डी नदीच्या पात्रात मुक्काम केला होता व रात्री आलेल्या पुरात सर्व वाहून गेले व सारा खजिना बुडाला; तोच हा पातुरचा खजिना असावा.

पेशवेकालीन नाण्यांचे बाह्य स्वरूप – त्यावरील लेख :

वर उल्लेखिल्याप्रमाणे शिवकालीन नाणी, पेशवेकालीन नाणी व मराठा मंडळ वा संयुक्त राज्यव्यवस्थेतील सरदारांची नाणी यांच्यावरील लेखांचा अभ्यास केल्यास, शिवछत्रपतींच्या राज्यांचे स्वातंत्र्य वा सार्वभौमत्व, (पेशव्यांच्या राज्याची) बादशाही अंकितता असलेलं पेशव्यांचं राज्य व इतर सरदारांच्या नाण्यांवरून त्यांची 'अर्धस्वतंत्रता' स्पष्ट होते.

सर्वसाधारणपणे १८ व्या शतकातील विविध राजवटींच्या नाण्यांवर (उदा. मराठे, शीख इ.) एका बाजूस बादशहाचे नाव, (वैकल्पिकपणे हिजरी तारीख) तर दुसऱ्या बाजूस त्याचे राज्यवर्ष तसेच टांकसाळ चिन्ह, टांकसाळ नाम दिसून येते. उदा. पुणे येथील पेशव्यांच्या नाण्यांवर,

शाहआलम बादशाह	मानूस
गाझी	मैन्ममत्
सिक्का मुबारक	जुलुस
	झर्ब
	मुहियाबाद पुना

असा पर्शियन भाषा, लिपीतील मजकूर दिसतो. मात्र जुलूस या पर्शियन अक्षरातील स च्या लपेटीत टांकसाळ चिन्ह उदा. पुण्याचे चिन्ह आढळून येते. अशा प्रकारे १८ व्या शतकातील मराठा नाण्यांवर मोगल बादशहांचे नाव आढळून येते.

पेशव्यांचा पुणे टांकसाळीचा रुपया

अशा नाण्यांना नाणकशास्त्रात सदृश–मोल (Quasi Mughal) अशी संज्ञा आहे. कारण मूळ मोगल नाण्यांप्रमाणे स्थानिक चिन्ह व टांकसाळ नाम असणारी ही नाणी होत. भिन्नत्वदर्शक चिन्हे व टांकसाळनामावरून मूळ मोगल व त्यांचे अंकित यांची नाणी सहजपणे ओळखता येतात. नाण्यांवरील फारसी लेखनशैलीतील फरकावरूनही हे समजू शकते.

हिजरी सनाचे इ. स. मध्ये रूपांतर

जुन्या नाण्यांचा वा कागदपत्रांचा अभ्यास करताना हिजरी, सुहूर, फसली या कालगणना वापरलेल्या दिसतात. त्यांचे इ.स. मध्ये रूपांतर करणे गरजेचे असते.

उदा. हिजरी सनाचे इ.स. मध्ये रूपांतर करण्याची एक गणिती युक्ती आहे.

उदा. हिजरी सन १००१ चे रूपांतर आपणांस करायचे आहे तर

१) हिजरी अंक / १०० करणे	१००१ / १००
(दशांशात रूपांतर)	= १०.०१
२) आलेल्या उत्तरास ३ ने गुणणे.	१०.०१ X ३
	= ३०.०३
३) मूळ हिजरी अंक – आलेले उत्तर	१००१ –३०.०३
	= ९७०.९७ + ६२२
	= १५९२ इ.स.

या शिवाय 'जंत्री' चा वापरही करता येतो.

नाण्यांवरील भिन्नत्वदर्शक चिन्हे [३३] :

ज्यावेळी एखादी टांकसाळ नव्याने स्थापन केली जाई, तेव्हा ज्या मूळ नाण्याच्या बरहुकूम नाणी पाडावयाची असत त्यावरील एखाद्या चिन्हाचे तसेच निर्हेतुक अंकन होत राही अथवा नूतन टांकसाळधारक एखादी आकृती नाण्यावर कोरत असे. काही काळाने नाण्याची शुद्धता वा कस आणि सदर आकृती यांबाबत गृहीत धरले जाई. त्या विशिष्ट चिन्हामुळे नाणे चटकन ओळखले जाई. या चिन्हात राजनामाचे आद्याक्षर, तसेच धार्मिक चिन्हे इ. वापरली जात असत. या विविध चिन्हांमुळे वर्गीकरण (Classification), ओळख (Identification), विनिमय (Exchange) या क्रिया सुलभपणे होत असत.

विनिमय दर (Exchange Rate) :

१. पेशवेकाळात ब्रिटिश कालखंडाप्रमाणे एक देश – एक चलन नव्हते.
२. नाणी पाडण्यासाठी केंद्रीय व खासगी टांकसाळी होत्या. त्यामुळे नाण्यांमध्ये वैविध्य निर्माण होत होते.

३. नाण्याचे मूल्य हे अंतर्गत (Intrinsic) असल्याने नाण्यातील धातूचे मूल्य हेच त्याचे मूल्य असे.
४. नाण्यांतील धातूचा कस विभिन्न व स्थलसापेक्ष असल्याने किंमतीत फरक असे.

पेशवेकालीन सराफ–सावकार तसेच पेढींचा हा एक महत्त्वाचा व्यवसाय होऊन बसला. पेढीव्यवहार कागदपत्रात सातत्याने हे विनिमयाचे उल्लेख आढळतात.

विनिमयदरासाठी नाणेपारखणी महत्त्वाची होती. या प्रक्रियेत नाण्याच्या बाजूवर कानस घासून अथवा नाण्यावर लहानसे छिद्र पाडून अंतर्भागातील धातू पाहत असत. तसेच आम्लाचा वापर करून नाणे पारखत असत[३४] व नाणे पारखून झाले हे सिद्ध करण्यास एखादे लहानसे चिन्ह उमटवले जाई. नाणे जितक्या जास्त प्रमाणात पारखले जाई, तितक्या प्रमाणात त्याचे स्वरूप बिघडत जात असे, कारण त्यावर अनेक छिद्रे पाडली जात.

क्ल्युन्स याने आपल्या निवेदनपत्रात 'कोश', 'निर्मळ छापी', 'मध्यम छापी', व 'नरम छापी' अशा नाण्यांच्या प्रती होत्या असे म्हटले आहे.[३५] ते या नाण्यांच्या स्वरूपावरून होय.

१७व्या शतकाच्या पूर्वार्धात स्थापन झालेल्या मराठा राज्याच्या उदयाविषयी ग्रँट डफ पासून ते आधुनिक काळात इरफान हबीब यांच्यापर्यंत अनेकांनी आपले मत मांडले आहे. मध्ययुगीन पद्धतीचा प्रादेशिक राष्ट्रवाद मानले गेलेले मराठा राज्य शिवाजीमहाराजांनी प्रणालीबद्ध प्रशासनयंत्रणेच्या साहाय्याने एका स्थिर आर्थिक पायावर उभे केले.

१६८२ नंतर 'हिंदुस्थानातून' (उत्तरेतून) दख्खनेत उतरलेल्या औरंजेबाने विजापूर, गोवळकोंडा जिंकून मराठ्यांचेही राज्य जिंकण्याचा प्रयत्न केला. छत्रपती संभाजी, राजाराम, ताराबाई व इतर मराठा सरदार यांच्या प्रखर प्रतिकारामुळे ते शक्य झाले नाही. या संग्रामाच्या काळात मराठ्यांनी आपल्या पारंपरिक राज्याबाहेर पडून मुलुखगिरी केली. या अनुभवाच्या जोरावर १८ व्या शतकातील विस्तारवादास पोषक पार्श्वभूमी निर्माण झाली. स्वराज्याचे रूपान्तर साम्राज्यात होण्याची प्रक्रिया घडून आली.

बाळाजी विश्वनाथांच्या दिल्ली स्वारीपासून मराठी राज्याला केवळ मोगलांची अधिमान्यताच मिळाली नाही, तर मराठी राज्याचे प्रभुत्व दक्षिणोत्तर स्थापन झाले.

मराठी राज्याच्या विस्ताराबरोबरच एतद्देशीय चलन व चलनपद्धतीसमोर काही प्रश्न नव्याने उभे राहिले. ते पुढीलप्रमाणे,

कोष्टक क्र. २: मराठा विस्तारवाद आणि टांकसाळ स्थापना (मध्य आणि उत्तर भारत)

क्र.	टांकसाळ ठिकाण	नाणी पाडण्याचा काळ पासून पर्यंत	नाण्यांवरील तारीख	राजनाम	भारतातील स्थान
१	काल्पी	१७४२ इ.स.	१७२६	अहमदशाह	M.I.
२	झाशी	१७४५ इ.स.	१११५	मुहम्मदशाह	M.I.
३	इटावा	१७५२ इ.स		अहमदशाह	M.I.
४	लाहोर	१७५८–१७५९ इ.स.		आलमगीर II	NW.I.
५	मुलतान	१५७९–१७६० इ.स.		आलमगीर II	NW.I.
६	दिल्ली	१७६०			
७	सागर	१७७९	११९८	शाहआलम II	M.I.
८	बांदा	१७८०–१८०३	११८५	शाहआलम II	M.I.
९	कूंच	१७८०–१८०५	११९५	शाहआलम II	M.I.
१०	कुनार	१७८०		शाहआलम II	M.I.
११	गठामंडला	१७८३–१७९६	११९८	शाहआलम II	M.I.
१२	अलिगढ	१७८४			M.I.
१३	श्रीनगर	१७८४		शाहआलम II	M.I.

क्र.	टांकसाळ ठिकाण	नाणी पाडण्याचा काळ पासून पर्यंत	नाण्यांवरील तारीख	राजनाम	भारतातील स्थान
१४	मथुरा	१७८४	११९	शाहआलम II	M.I.
१५	वृंदावन	१७८४	११९x२६	शाहआलम II	M.I.
१६	आग्रा	१७८५-१८०४	११९८	शाहआलम II	M.I.
१७	अजमेर	-१७८७	१२०१	शाहआलम II	M.I.
१८	सहारनपूर	१७८९-१८०५	१२०४	शाहआलम II	M.I.
१९	गोकुळ	१७९३	१२१२	शाहआलम II	M.I.
२०	गोकुळगढ	१७९३	१२१२	शाहआलम II	M.I.
२१	हरिद्वार	१७९३-१७९४	१२०५	शाहआलम II	M.I.
२२	जलौन	१८०३	४६	शाहआलम II	M.I.
२३	सिरोंज			मुहम्मदशाह	M.I.
२४	अलिपूर	-१८०३			M.I.
२५	महोबा	१८१३-१८१४			M.I.
२६	चरखाटी	-१८०३			

(सदर कोष्टक पुढील ग्रंथातील माहितीच्या आधारे तयार केलेले आहे. १) ग.ह. खरे, *मंडळातील नाणी,* २) K.K. Maheshwari, K.W. Wiggins, *Maratha Mints and Coinage.*) (M.I. मध्य भारत NW.I. वायव्य भारत)

नाणकसंख्या :

सभासद बखरीसारख्या साधनांवरून आपणास १७ व्या शतकाच्या उत्तरार्धात चलनात असणाऱ्या जुन्या, नव्या नाण्यांची माहिती कळते.[३६] मात्र १८व्या शतकाच्या आरंभापासून जास्त अचूकपणे, औरंगजेबाच्या दख्खनमधील वास्तव्यापासून रुपया या मोगलप्रणीत चांदीच्या नाण्यास विशेष महत्त्व येताना दिसते. औरंजेबाने बारामती[३७], पुणे, संगमनेर किंवा संगमेश्वर[३८] इत्यादी ठिकाणी टांकसाळीतून रुपये पाडलेले आढळतात. या कालखंडातील चलनव्यवस्था ही १८व्या शतकातील विस्तारवादास पुरेशी नव्हती हे मराठ्यांनी नव्याने स्थापलेल्या टांकसाळीच्या संख्येवरून लक्षात येते.[३९] मोगल नाण्यांच्या संदर्भात सुरत टांकसाळीतून पाडलेल्या नाण्यांच्या संख्येच्या अध्ययनाने त्याची नाणकोत्पादनक्षमता (Mintability) याचा अभ्यास झाला आहे. अद्यापि १८व्या शतकातील मराठा चलनाबाबत असा अभ्यास झालेला नाही. आवटी-अध्ययनाचे प्रतिमान (Die Studies Model) याबाबत उपयुक्त ठरू शकेल.

मराठ्यांच्या एकूण ११७ टांकसाळींपैकी केवळ अहमदाबाद, अलिबाग, अथणी, बागलकोट, बारामती, सहारनपूर[४०](उत्तर प्रदेश) या प्रातिनिधिक टांकसाळीतून उत्पादित नाणकप्रकारांचा आढावा घेतला तरी ७१ प्रकारचे रुपये उत्पादित झालेले दिसतात.

आवटी अभ्यासाचे प्रतिमान[४१] :

सेलवुड या विद्वानाने प्रात्यक्षिक आणि सांख्यिकीय माहितीच्या आधारे असे मांडले आहे की, आवटी हत पद्धतीत (Die Struck) २ आवटी (Dies) वापरल्या जातात.जमिनीत बसवलेल्या ऐरण आवटी (Anvil Die) व वर धरलेल्या हातोडा आवटी (Hammer Die) यांच्या संयोगातून कमाल १०,००० नाणी उत्पादित होतात. पण हातोडा आवटी सतत हालती असल्याने त्यातून कमाल ५,००० नाणी उत्पादित होतात. म्हणजेच २ हातोडा:१ ऐरण असे प्रमाण १०,००० नाणी पाडते. ५,००० या संख्येचा मध्य २,५०० वा ३,००० गृहीत धरल्यास (सरासरी), एक नाणक प्रकार संभावित २,५००-३,००० नाण्यांचे अस्तित्व सांगू शकतो.

पेशव्यांच्या / मराठ्यांच्या प्रातिनिधिक अशा ६ टांकसाळींतून जर ७१ प्रकारचे रुपये पडत असतील तर, ७१ x ३,००० = २,१३,००० दोन लाख तेरा हजार नाणी (किमान) उत्पादित झाल्याचे लक्षात येते. ११७ टांकसाळींतील

एकूण नाणेप्रकारांना तीन हजार या संख्येने गुणल्यास, एकूण (सरासरी नाणे प्रकार)[४२] ४०० x ३००० =१२,००,००० (बारा लाख) नाणी (फक्त चांदीची) उत्पादित केलेली होती. यावरून आपणास १८व्या शतकातील नाणकसंख्येचा (यात फक्त नव्याने उत्पादित केलेल्या चलनाचा विचार केला आहे) आकडा समजतो.

टांकसाळी (Mints) :

मध्ययुगीन कालखंडात टांकसाळी या प्रामुख्याने खासगी[४३] प्रकारच्या असल्या तरी १७व्या-१८व्या शतकांत टांकसाळींसाठी मार्गदर्शक नियम व अटी सरकार निर्देशित करीत असे.[४४] त्याचप्रमाणे ठराविक मानकाप्रमाणे नाणी पाडली जातात किंवा नाही याबाबत दक्षता घेतली जात असे.[४५]

मध्ययुगात, विशेषत: उत्तरार्धात, टांकसाळी या मक्त्याने चालवण्यासाठी दिल्या जात असत, जास्तीत जास्त चढ देणाऱ्यास टांकसाळ स्थापन करण्याची वा चालवण्याची परवानगी दिली जात असे.[४६] या परवान्यापोटी जे शुल्क (Fee) सरकारात भरले जाई, ते सरकारच्या उत्पन्नाचे एक साधन बनले होते.

१७ व्या शतकाच्या तुलनेत १८व्या शतकात टांकसाळी मोठ्या प्रमाणात स्थापन केल्या गेल्या. त्यासाठी खास उत्तेजन दिले गेले होते.[४७]

मराठ्यांच्या टांकसाळीची स्थळे आणि विस्तारवाद :

ग.ह.खरे, तसेच के.के. महेश्वरी व केनेथ् विगिन्स् यांनी मराठा नाणकशास्त्राचे विशेष संशोधन केले आहे. महेश्वरी आणि विगिन्स यांनी सखोल सचित्र मांडणी केली आहे.

मराठ्यांनी त्यांच्या विस्तारवादास पोषक, उपयुक्त अशा अनेक टांकसाळी स्थापन केल्या, पण या ठिकाणी एका गोष्टीचे भान राखणे आवश्यक आहे की, यांतील काही टांकसाळी अगदी अकबराच्या काळापासून होत्या,[४८] काही दरम्यानच्या काळात बंद पडल्या होत्या. त्यातच मराठ्यांनी नव्याने नाणी पाडणे सुरू केले. ही गोष्ट त्या नाण्यांवरील वैविध्यपूर्ण चिन्हे, टांकसाळचिन्हे, तारीख, पर्शियन लेखन यावरून समजते.

या पूर्वी उल्लेख केल्याप्रमाणे मराठ्यांच्या एकूण ११७ टांकसाळी ज्ञात आहेत.वायव्येस मुलतान, उत्तरेस सहारनपूर, दक्षिणेस गोकाक होत्या. या टांकसाळीच्या स्थापनेच्या, वा एकूण कार्यकालाच्या अभ्यासानेही विस्तारवाद समजण्यास मदत होते. (पहा कोष्टक क्र.२)

टांकसाळींचे व्यवस्थापन :

१८ व्या शतकातील वाढीव नाण्यांची गरज, विस्तारवादास पोषक अशा टांकसाळींची स्थापना यामुळे, १८ व्या शतकातील शासकीय कागदपत्रांत टांकसाळीच्या व्यवस्थापनाच्या संदर्भात अनेक उल्लेख येतात.

पेशवाईत सरकारी टांकसाळीच्या व्यवस्थापकास कमाविसदार असे म्हणत असे नाशिक येथील सरकारी टांकसाळीच्या सनदेवरून समजते.[४९] टांकसाळीतील कच्चा माल सरकार पुरवीत असे आणि कामगारांना, कारागिरांना रोख वेतन दिले जाई. सरकारी सनदेत या गोष्टींचा स्पष्ट उल्लेख असे.चांदवड (नाशिक) येथील टांकसाळीच्या सनदेवरून तत्कालीन टांकसाळीची कार्यपद्धती समजते.[५०]

टांकसाळीत लोहार, सोनार, घणकरी, भातेकरी, शिक्के (आवटी) करणारा, टिकली करणारा असे कसबी कारागीर असत.

सावकाराकडून आणलेल्या धातूची शुद्धता पडताळून, भातेकरी तो वितळवत असे. गोल दंडाकृती धातूच्या तुकड्यातून टिकल्या (चकत्या–Planchet) पाडल्या जात. ऐरण आवटी आणि हातोडा आवटी यांच्या मध्ये ठेऊन नाणी पाडली जात.[५१]

मात्र उत्तरेकडील टांकसाळीच्या व्यवस्थापनाबाबत सविस्तर तपशील उपलब्ध नाही. महाराष्ट्रातील टांकसाळीच्या संदर्भात अलिबाग[५२], तळेगाव[५३], पुणे[५४] येथील सनदा प्रसिद्ध आहेत. तात्पर्याने, १८ व्या शतकातील चलनव्यवस्थेसमोरील प्रश्नात टांकसाळव्यवस्थापन हाही घटक होता.

नाणकविषयक गुन्हेगारी :

टांकसाळींची मोठी संख्या, नाण्यांची संख्या यामुळे नाणकविषयक गुन्हेगारीचेही संदर्भ मिळतात. अर्थात् चलनव्यवस्थेच्या संदर्भात गुन्हेगारी हा प्रश्न नवीन नाही. उदा. पुणे येथील गोविंद नाईक देवळे याने खोटी नाणी पाडल्याबद्दल त्यास २,००० रुपये दंड करण्यात आला.[५५] तर नाशिक येथील आनंदी सोनार याच्याकडून ४०० रुपये दंड वसूल करण्यात आला.[५६] तळेगाव दाभाडे येथील सदाशिव व बाळा तळेगावकर, तुका चिंचवडकर व महिपती चिंचवडकर हे खोटी नाणी करताना सापडले. त्यांना दंड केलेला दिसतो.[५७]

एकंदरीत १८ व्या शतकात नाणकविषयक गुन्हेगारीबाबत शासनाने कठोर पावले उचलेली आढळतात.

१८व्या शतकात निर्माण झालेल्या चलनविषयक प्रश्नांची सोडवणूक प्रामुख्याने दोन मार्गांनी घडलेली दिसते.

अ) शासकीय पातळी ब) व्यवस्थात्मक पातळी

अ) शासकीय पातळी :

या पूर्वी उल्लेख केल्याप्रमाणे टांकसाळी या मुख्यत: दोन प्रकारच्या होत्या १) खासगी २) शासकीय. चलनाच्या पुरवठ्यासाठी टांकसाळी स्थापन करण्यास प्रोत्साहन दिले गेले. उदा. पुण्याचा मुख्य सावकार दुर्लभशेट यास टांकसाळ स्थापनेस प्रोत्साहन दिले होते. यात शासकीय टांकसाळी अत्यल्प होत्या. मुख्यत: खाजगी टांकसाळीच संख्येने अधिक होत्या.

टांकसाळी संदर्भातील सनदा :

नाणी पाडण्यासाठी परवाना मागण्याची पद्धती शिवकाळातही दिसते. एका शेठाने लारी पाडण्यासाठी टांकसाळीचा परवाना मागितला.[५८] तेव्हा ५ वर्षांसाठी, दर १०० लारींच्या उत्पादनामागे १ लारी तर, १ मण तांब्याची नाणी पाडण्यासाठी ५ लारी हा मेहनताना होता.[५९]

१८व्या शतकातील पेशव्यांच्या राज्यातही या पद्धतीची अनेक कागदपत्रे उपलब्ध आहेत. उदा. नागोठणा येथील बाळाजी बापूजी याला ३ वर्षांसाठी तांब्याचे पैसा नाणे पाडण्यास मान्यता दिली गेली. पहिल्या वर्षी ५० रु, दुसऱ्या वर्षी ७५ रु., तर तिसऱ्या वर्षी १००रु., असे परवानाशुल्क होते.[६०] साताऱ्याजवळील माहुली येथे शिवराई पैसे पाडण्यासाठी अशाच अटींवर परवानगी दिली गेली.[६१] अशाच सनदा पांडुरंग मुरार, दुल्लभशेट गोविंदजी आणि गोविंद पांडुरंग यांनाही दिल्या गेल्या होत्या.[६२]

सनदांमधील नियम:

सनदांमध्ये मुख्यत: तीन संदर्भांतील नियम आढळतात ते पुढीलप्रमाणे :

१) शुद्धता व वजन: नाण्यामध्ये भेसळ किती वापरावी याचे मार्गदर्शन सनदांमध्ये केलेले आहे. उदा. 'धारवाडी' व 'जमखिंडी' या दोन प्रकारच्या रुपयांत चार गुंजा जळ जाणे (हीण असणे) चालत असे.[६३] तांब्याच्या नाण्यांच्या बाबतीत शिवराई पैसा ९ मासे, आलमगिरी पैसा १३ मासे तर ढबू १८ मासे वजनाचा असावा असेही मार्गदर्शन दिसते.[६४]

२) प्रमाण नाण्यांचे उल्लेख : १८ व्या शतकातील नाणकविषयक कागदपत्रांचे अध्ययन करताना प्रमाण नाण्यांचे अनेक उल्लेख आढळतात. उदा. 'सुरती पद्धतीचे रुपये पाडू नयेत. जुन्या फुलचेरी सारखे जयनगरी रुपये पाडावे. मोहरा जुन्या औरंगाबादी प्रमाणे पाडाव्या'.[६५] एकंदरीत शासकीय पातळीवर नाण्यांचा

कस इत्यादी बाबतीत मोठ्या प्रमाणावर काळजी घेतली जात असे.

सरकारी नियंत्रण–कठोर नियम आणि प्रत्यक्ष पाहणी :

मुळातच टांकसाळ घालणाऱ्या मक्तेदारास लेखी सूचना दिल्या जात असत. सरकारी व खाजगी दोन्ही प्रकारच्या टांकसाळींच्या बाबतीत नियम पाळले जातात वा नाही याची पाहणी होत असे. 'सरकारचे मनास' आल्यासही अशी पाहणी–चौकशी होई.

चांदवड येथील टांकसाळ पूर्ण वजनाचे 'खरे' रुपये पाडत नाही म्हणून बंद करण्यात आली होती.[६६] तर चिंचवड टांकसाळीतील गैरव्यवहारासाठी शासनाने समिती नेमली होती. (इ.स. १७६६–६७)[६७]

'तळेगाव दाभाडे येथील टंकसालीत..... चार असामी याणी खोटे नाणे केले. सबब पुण्यास आणून अटकेत ठेविले. .....त्याणी खोटे नाणे कसकसे केले त्याचे मुदे लेहून पाठविणे'.[६८]

अशा रीतीने नाणकविषयक गुन्हेगारी संदर्भात जागरूकता आढळते. या नियंत्रणाच्या मार्गाने चलनविषयक प्रश्न सोडवण्याचा प्रयत्न केलेला जाणवतो.

व्यवस्थात्मक पातळी :

१) सराफांची तपासणीपद्धती व सराफी चिन्हे

२) पेढी व्यवहाराचा विकास (चलनाची अदलाबदल, विनिमय दर इ.)

१) सराफांची तपासणी पद्धती व सराफी चिन्हे :

मागे उल्लेख केल्याप्रमाणे मराठाकालीन चलन हे अंतर्गत मूल्यावर आधारित चलन होते. यामुळे नाण्यातील धातू, त्याची शुद्धता, वजन या घटकांना महत्व होते. १८व्या शतकात मराठा राज्याचा विस्तार (सध्याच्या) भारतभर व त्याही बाहेर झाला. लूट, खंडणी, नजराणे, व्यापार, इत्यादी अनेक मार्गांनी विविध प्रांतांतील, विशेषत: उत्तरकेंद्रित धोरणामुळे, उत्तरेकडील वैविध्यपूर्ण चलनांची आवक महाराष्ट्रात झाली. तसेच महाराष्ट्रातील मराठा राज्यप्रणीत चलन हेही दूरदेशी पोहोचले. १८ व्या शतकातील कागदपत्रांत अगदी 'इस्तंबोली' नाण्यांचेही उल्लेख आहेत.[६९] ही सर्व विविध ठिकाणची विविध प्रकारची नाणी तपासणारी 'केन्द्रीय यंत्रणा' नसल्याने 'पोतदार' हा सरकारी अधिकारी व खाजगी पातळीवर सराफ सावकार ही नाणी तपासत असत.

नाणे कोणत्या टांकसाळीचे आहे, त्यावरील चिन्हे कोणती? इत्यादींची सांगड नाण्यातील धातूच्या शुद्धतेशी घातली जाई. नाण्यांच्या बाजूवर कानस मारून

धातुपरीक्षा करणे, नाण्याच्या पृष्ठभागावर लहानसा खड्डा करून व छिद्र पाडून आत शुद्ध धातू आहे की नाही पाहणे, कसवटी तसेच आम्ल यांच्या सहाय्याने धातूची शुद्धता तपासणे हे काम चालत असे. हे काम पारखणी पूर्ण झाल्यावर नाण्याच्या जाड कडेवर (Thick edge) चिन्हे उमटवली जात. यात धार्मिक चिन्हे, रेषा, आकृती दिसतात. डॉ. शैलेंद्र भांडारे यांनी असे नमूद केले आहे, की ''ही चिन्हे पारख्यांची ओळख पटवीत असे वाटत नाही''.[७०] पण असे असते तर ही चिन्हे उमटवण्याची आवश्यकताच नव्हती. किमान एखाद्या प्रांतातील सराफाने अंकित केलेले नाणे 'त्या' चिन्हांसह 'त्या' परिसरात तरी प्रचलनात रहात असे. विशेष म्हणजे अशी सराफी चिन्हे फक्त दख्खनमधील नाण्यांवरच आढळून येतात.[७१] शुद्धतेबाबतचा शासकीय आग्रह तसेच सराफी सावकारीचा स्वायत्त विकास आणि विभिन्न पद्धतींचे कस ही याची कारणे होत.

पेढी व्यवहाराचा विकास:

महाराष्ट्रातील पेढी व्यवहारांच्या संदर्भात अद्यापि विशेष काम झालेले नाही. खांडेकर यांचा 'पेढीचे व्यवहार व इतिहास' (पुणे,१९२२),[७२] तसेच शाळिग्राम यांचा 'मुंबईचा व्यापार' यांचा अपवाद वगळता पेढीव्यवहारांवर स्वतंत्र ग्रंथ नाहीत. काही निवडक लेखांमधून याबाबत अभ्यास मांडला गेला आहे.[७३] दीक्षित-पटवर्धन यांच्या पेढीचा इतिहास पाहता असे दिसते की, हरि दीक्षित व विश्वनाथपंत पेठे यांचा पेशव्यांशी संबंध आला. ही पेढी प्रथम नाशिक (वर्ष अज्ञात) नंतर औरंगाबाद (इ.स. १७२२) येथे होती. त्यांना बाजीराव पेशव्यांनी पुण्यास (इ.स. १७२९) बोलावले. त्यांच्या जमाखर्चाच्या वह्या इ.स. १७५०-१८३६ अशा उपलब्ध आहेत. त्यात रोजनामा, खातेवही व नामेवही असे प्रकार आहेत.

या वह्यांतील व्यवहाराचे दोन भाग दिसतात.[७४]

१. पोते- नाण्यांची प्रत्यक्ष उलाढाल.

२. परभारे हिशेबी उलाढाल.

व्यवहाराच्या सोयीसाठी निरनिराळी खाती दिसतात.

१. व्याज खाते २. बट्टा खाते ३. हुंडणावळ ४. किरकोळी. यांचा एक वर्षाचा जमा ३३,८७,३८१-३-० (रू.-आणे-पै) तर खर्च ३०,७७,९७७-११-० एवढा आहे.

या पेढी व्यवहारात 'मोहोरा' खाते स्वतंत्र होते. पेढीचे सर्व व्यवहार रुपये, अधेल्या, पावल्या, खुर्दा, सिवराई यात चाले. यात 'आट मांडणावळ' म्हणजे

झिजलेले रुपये आटवून त्याची चांदी बनवलेली आढळते.[७५] ज्या नाण्यांवरील मजकूर स्पष्टपणे दिसत नाही, असे रुपये आटवण्यासाठी देत असत.

याशिवाय पेढी या नाण्यांची अदलाबदल, तसेच विशिष्ट नाण्यातच रक्कम अदा करणे याही गोष्टी करीत असत. उदा. '·।।· बट्टा जमा सुरती रु. ६ त्यांचे अलीबागी केले'.[७६] किंवा '।।= बट्टा खर्च अलीबागी रु. १० त्यांचे चिंचवड चलनी केले त्यास बट्टा दर ६– प्रमाणे मुक्काम हरेश्वर'[७७] (कोकणातील हरिहरेश्वर) असे उल्लेख वैद्य दप्तरांत सापडतात.

साधारणतः १८व्या शतकाच्या प्रथमार्धात सावकारी तसेच पेढी व्यवहार विकसित होताना दिसतो. दीक्षित–पटवर्धन यांसारख्या पेढी मोठ्या प्रमाणात उलाढालीत गुंतलेल्या होत्या. हुंडी व्यवहारही बऱ्याच प्रमाणात विकसित होत होता. 'हुंडणावळ' ही रुपयात (नख्त) असे. विशेष म्हणजे कोणत्या चलनात हुंडीची रक्कम अदा करायची ते निर्दिष्ट करीत, व्यापाऱ्याकडे भरलेले चलन व त्याने द्यायचे चलन ही भिन्न असल्यास बाजारभावाप्रमाणे बट्टा आकारीत असत.[७८]

तात्पर्याने, स्वयंस्फूर्तीने तसेच पेशव्यांसारख्या सत्ताधीशांसारख्या प्रोत्साहनाने निर्माण झालेल्या पेढी व्यवहार – सराफी – सावकारी या यंत्रणांनी चलनाचा विकास–कसाचा प्रश्न – विनिमयात्मक गरजा भागविण्याचा प्रयत्न केलेला जाणवतो. पेढी व्यवहारांच्या सोबतच सावकारी टपाल विकसित होताना दिसते. प्रसंगी सावकारी टपालात राजकीय महत्त्वाच्या बातम्यांची उपस्थितीही आढळते. उदा. 'पानिपतच्या लढाईत विश्वासराव पेशवे वीरस्वर्ग पावले'. ही बातमी दीक्षित–पटवर्धन पेढी कागदपत्रात सापडते.[७९]

एकंदरीत पेढी तसेच चलनविनिमय–सावकारी यांचाही समावेश व्यवस्थात्मक पातळीवरील घटकात होतो.

समारोप :

पेशवेकाळाचा नाणकशास्त्रीय अभ्यास हा तत्कालीन अनेक पैलूंवर प्रकाश टाकतो. छत्रपती शिवाजीमहाराजांनी खंबीर पायावर स्थापन केलेल्या स्वराज्याचे रुपांतर सुराज्यात करून त्याचे साम्राज्यात रूपांतर करण्याची प्रक्रिया सुरू केली. मोगल–मराठा संघर्षाच्या दिव्यातून पार पडलेल्या मराठी राज्याने पेशवेकाळात विस्तारवादी धोरण स्वीकारून दक्षिणोत्तर आपले प्रभुत्व निर्माण केले. हे सर्व बदल घडताना चलनातही मोठ्या प्रमाणात बदल घडताना दिसतात. मात्र या व्यवस्थेबरोबरच काही प्रश्न नव्याने उभे राहताना दिसतात. उदा. विस्तारवादास

आवश्यक नाणकसंख्या, नाणकप्रकार, टांकसाळसंख्या, विनिमयाचे प्रश्न, वाढती नाणकविषयक गुन्हेगारी इ. या प्रश्नांची सोडवणूक ही दोन मार्गांनी झालेली दिसते. शासकीय पातळी व व्यवस्थापक पातळी हे ते दोन मार्ग होय. टांकसाळींची वाढवलेली संख्या, टांकसाळव्यवस्थापनाचे नियम, नाणविषयक लिखित नियम व अधिमान्य सनदा, नाणकविषयक गुन्हेगारांना कठोर शासन तसेच चलनव्यवस्था सुधारणेचे काही प्रयोग याद्वारे शासकीय पातळीवर उपाययोजना केलेल्या जाणवतात.

चलन ही गोष्ट केवळ शासकीय राहू शकत नाही. तत्कालीन संदर्भात नाणकोत्पादन केवळ केन्द्रीय तसेच फक्त शासकीय नसल्याने, चलनासंदर्भातील प्रश्न हे व्यवस्थात्मक पातळीवर सोडवण्याचाही प्रयत्न झालेला दिसतो. सावकार-सराफ, नाणे उत्पादक, व्यापारी यांचा तत्कालीन अर्थव्यवस्थेत महत्त्वाचा वाटा असल्याने त्यांनी व्यवस्थात्मक पातळीवर नाणकविषयक प्रश्न सोडवण्याचा प्रयत्न केलेला दिसतो.

आज्ञापत्रातील साहुकारांची भलावण प्रसिद्ध आहे. परंतु १८व्या शतकाच्या प्रथमार्धाच्या अखेरीपासून पेढीव्यवहार विकसित होताना दिसतात. ठेवी, व्याज, कर्जे तसेच चलनाची अदलाबदल यांसह पेढींनी तत्कालीन आर्थिक गरजा भागवण्याचा प्रयत्न केलेला दिसतो. सावकारांनी मराठ्यांच्या आक्रमक विस्तारवादास 'तयार वित्तपुरवठा' (Ready Finance) केलेला दिसतो. या सर्व आर्थिक बदलांचे प्रतिबिंब तत्कालीन नाणी व चलनपद्धतीत काही प्रमाणात दिसते. मात्र मराठा विस्तारवादास पूरक असे महाराष्ट्रीय सराफ-सावकार-पेढी इ. चा विकास व अंगभूत क्षमता (उदा. पतपुरवठा इ.) हे मर्यादित होते व समाईक भांडवलावर आधारित कंपनीसारख्या गोष्टीत त्यांचे रूपांतर होऊ न शकल्याने या मर्यादा होत्या. हे रा.भा. पाटणकर यांचे मत या ठिकाणी लक्षात ठेवावे लागते.

जरी 'मध्ययुगीन' पद्धतीचे असले तरी मराठा चलनात परिवर्तनाच्या काही प्रसुप्त प्रेरणा दिसतात. आधुनिक चलनपरंपरेच्या एक देश-एक चलन या तत्वाचा असफल का असेना परंतु प्रयोग केल्याचे सनदा, पत्रांवरून सिद्ध होते. शासनाने चलनव्यवस्थेकडे विशेष लक्ष पुरवल्याचेही पत्रांवरून दिसते.

भारतातील आधुनिक चलनाची पायाभरणी ही ब्रिटिश कालखंडात झाली आणि या ब्रिटिश कालखंडाचा पूर्वसूरी कालखंड म्हणून मराठा कालखंडाच्या चलनपद्धतीचे महत्त्व तितकेच आहे.

संदर्भ आणि टिपा

१. पुढील ग्रंथांत शिवकालीन चलनाविषयी अभिलेखीय माहिती दिली आहे,

Dr. A.R. Kulkarni, *Maharashtra in the Age of Shivaji,* Pune, 1969. श्री.ग.भा. मेहेंदळे यांनी *'श्री राजा शिवछत्रपती'*, खंड १, भाग २, पुणे, १९९९.

तर, खालील ग्रंथात मराठ्यांच्या इतिहासाशी संबंधित उपलब्ध सर्व नाण्यांची तारीखवार प्रकाशचित्रांची सविस्तर तालिका दिली आहे.

K. K. Maheshwari, K.W. Wiggins, *Maratha Mints and Coinage*, Nashik, 1989.

२. Frank Perlin, 'Money-use in Late Pre-colonial India and the International Trade in Currency Media', in J.Richards (ed.) *The Imperial Monetary System of Mughal India*, New Delhi,1987, p.246.

३. A.R. Kulkarni, *Maharashtra in the Age of Shivaji*, Pune,1969, p.237.

४. K.K.Maheshwari, Kenneth W. Wiggins, *Maratha Mints and Coinage*, Nashik,1989, p.20 (Henceforth... 'M.M.C.').

५. G. H. Khare, 'Gold Coinage of Shivaji The Great', *Journal of the Numismatic Society of India, Vol.XIII, Part I,* Varanasi,1951, p.99.

६. नाण्यातील धातूच्या वजनाचे आणि नाण्यांचे मूल्य जवळपास असल्याने नाणे हा मूल्यवान धातुसंग्रह होता.

७. 'पुतळी' या संज्ञेने बऱ्याच संशोधकांना संभ्रमात टाकले आहे. मुळातील व्हेनेशिया येथून भारतात व्यापारी मार्गे आलेल्या 'ड्केट्' (Ducate) या सोन्याच्या नाण्याच्या छापाचे निर्हेतुक अंकन चालू राहिले. त्या आकृती असणाऱ्या सोन्याच्या नाण्यांना, वा नाण्यांच्या माळेला अनुक्रमे 'पुतळी', 'पुतळींची माळ' म्हणू लागले.

८. रघुनाथाध्वरी पंडित, *राजव्यवहारकोश,* मुंबई, १८६०, पृ.४.

९. G.T.Kulkarni, 'Banking in the 18th Century: A Case Study of a Poona Banker', *ArthaVijnana*, Vol.15, Pune, June 1973, pp.180-200.

१०. दि.मु. वाघ, 'मराठी सत्तेच्या उदयास्ताची भौगोलिक मीमांसा', *भारत इतिहास संशोधक मंडळ त्रैमासिक, वर्ष ६२, अंक-१-४,* पुणे, जुलै१९८३-ऑक्टो.८३, जाने ८४- एप्रिल८४, पृ.११६.

११. शं.ना. जोशी, *संभाजीकालीन पत्रसार संग्रह,* भारत इतिहास संशोधक मंडळ पुणे,१९४९, पृ.७५, ९८, १११, १२२, १२७, १५४, १६५, १७३, १७४, २००, २०१, २१७, २४२, २४३, २४५, २४७,२५७, २६४, २८४, २९३.

१२. M.M.C., p.21.

१३. ग.भा. मेहेंदळे, *श्री राजा शिवछत्रपति, खंड१, भाग २,* पुस्तक पहिले, पुणे,१९९९, पृ.३५८-३६१.

१४. Dr. Dilip Rajgor, *A Standard Catalogue to the Sultanate Coins of India*, Mumbai,1995, pp.5-15.

१५. पद्माकर प्रभुणे, 'आवटी अभ्यास: एक दुर्लक्षित नाणकशास्त्रीय पैलू', *भारतीय इतिहास आणि संस्कृति-त्रैमासिक, मुंबई, जुलै-सप्टेंबर, २००४,* पृ.१६

१६. ग.ह.खरे, (संपा.) *शिवचरित्र-वृत्त-संग्रह, ३ रा खंड:फार्सी विभाग,* भा.इ.सं.मं. स्वीय ग्रंथमाला क्र. ५३, पुणे,१९४१, पृ.७०.

१७. Shereen Moosvi, 'Money Supply and Silver Influx', in J.F. Richards (ed.), *Monetary System of Mughal India*, New Delhi,1987, pp.17-19.

१८. Seema Alavi (ed.), *The Eighteenth Century in India*, New Delhi,2002, pp.3-13.

१९. श्री.म. (राजा) दीक्षित, '*१९ व्या शतकातील महाराष्ट्र: मध्यम वर्गाचा उदय*'पुणे विद्यापीठाच्या पीएच.डी. (इतिहास) पदवीसाठी सादर केलेला प्रबंध, (अप्रकाशित), पुणे, मार्च १९९८, पृ.२५.

२०. Stewart Grodon, *The Marathas 1600-1818*, New Delhi, 1988, p.21.

२१. Ibid, pp.188-189.

२२. A.R. Kulkarni, Money and Banking under the Marathas (17th Century to 1848 A.D.), Paper presnted at *Indian History Congress,* Kolkata Session, (Unpublished Article), p.1.

२३. A.M. Deshpande, *19th Century Maharashtra : A Reassessment*, Unpublished paper, p.1

२४. A.R. Kulkarni, *Maharashtra in the Age of Shivaji*, Pune, 2002, p.193.

२५. प्रा. राम बापट यांनी व्यक्तिगत चर्चेत हा मुद्दा मला संशोधनार्थ सांगितला, त्याबद्दल मी त्यांचा आभारी आहे.

२६. या विधानास अपवाद म्हणजे सदर कालखंडातील 'शिवराई' प्रकारची नाणी होत. या नाण्यांवर पुढील बाजूस 'श्री/राजा/शाऊ' व मागील बाजूस 'छत्र/पति' असा लेख येतो. अधिक संदर्भासाठी पहा. M.M.C., P.32.

२७. के.के. माहेश्वरी, केनेथ विगिन्स यांच्या ग्रंथाचे नावच मुळी 'Maratha Mints and Coinage' असे आहे. नाणकशास्त्राशी संबंधित सर्व नियतकालिकांत ही संज्ञा वापरली जाते.

२८. त्र्यं.शं. शेजवलकर, *शेजवलकरांचे लेख,* पुस्तक २ रें, मुंबई, १९५९, पृ.८३.

२९. डॉ. राजा दीक्षित यांनी मराठा विस्तारवाद (Maratha Expansionism) ही संज्ञा वापरली आहे. पहा:

राजा दीक्षित, *इतिहास, समाजविचार आणि केशवसुत*, मुंबई, १९९३, पृ.२२,४१.

३०. डॉ. शैलेन्द्र भांडारे, 'पेशवाईतील नाणेपद्धती', *संशोधक त्रैमासिक वर्ष ६४, अंक* ४, डिसेंबर १९९६, धुळे, पृ.६.(येथून पुढे या लेखाचा उल्लेख केवळ 'पे.ना.' असा केला आहे.)

३१. तत्रैव, पृ. ६-७.

३२. C.J.Abhang, 'Proclamations: A Significant Instrument for Social Change in Colonial India', *संशोधक-अमृतमहोत्सवी अंक, वर्ष ७०, अंक २,३, आणि ४,* धुळे,जून-डिसें.२००२, पृ.१२६.

३३. पहा : ग.ह. खरे, *मंडळातील नाणी*, भारत इतिहास संशोधक मंडळ, पुणे, चिन्हांचा तक्ता.

३४. आजही याच पद्धतीने धातुपरीक्षा केली जाते.

३५. J. Cluens, 'Maratha Coins in the Early Ninteenth Century', republished in *Indian Numismatic Chronicle, Vol.IV, Pt.I*, London, 1964-65, pp.26-37.

३६. संपा. शं. ना. जोशी, *कृष्णाजी अनंत सभासद विरचित छत्रपति श्री शिवाजीराजे यांची बखर*, पुणे,१९६०, पृ. ९६-९७

३७. M.M.C., p.47.

३८. अत्यंत दुर्मिळ नाणे, श्री. बस्तीमल सोळंकी खासगी संग्रह, पुणे.

३९. पहा : कोष्टक क्र.२ पुस्तकाचे पृ. ३२-३३.

४०. M.M.C., p.162.

४१. पद्माकर प्रभुणे, उपर्युक्त.

४२. 'M.M.C.', 'मंडळातील नाणी' यातील माहितीच्या आधारे मोजलेली संख्या.

४३. S.J. Manglam, 'Coins and Trade as reflected in Early Medieval Inscriptions', in *Coinage, Trade and Economy*, 3rd International Colloquium, Nashik,1991, p.200.

४४. G.C. Wad and K.B. Marathe, *Selections from The Satara Rajas and The Peshwas Diaries,* Poona,1911. (Henceforth 'S.S.R.P.D.')

४५. S.S.R.P.D., Vol.VIII, pp.240-241.

४६. एकदा मक्ता दिला की कोणीही 'चढ' दिला तरीही रद्द होणार नाही. तत्रैव, पृ.२४१.

४७. वा.कृ. भावे, *पेशवेकालीन महाराष्ट्र,* नवी दिल्ली,१९७६, पृ.४०५.

४८. S.H. Hodiwala, *Historical Studies in the Mughal Numismatics,* Calcutta,1923.

४९. S.S.R.P.D., Vol.VII, pp.288-289.

५०. S.S.R.P.D., Vol.VII, p.305.

५१. www.vijaynagar.com या संकेतस्थळावर सदर प्रक्रियेचे रेखाचित्र दिले आहे.

५२. भांडारे, पे.ना., पृ.२५.

५३. S.S.R.P.D., Vol.VII, p.290.

५४. वा.कृ.भावे, उपर्युक्त,

५५. S.S.R.P.D., Vol.VII, pp.65-66.

५६. डॉ. म.रा. कुलकर्णी, *पेशवाईतील न्यायदान,* पुणे १९९८, पृ.११५. (येथून पुढे या पुस्तकाचा उल्लेख केवळ पे.न्या.. असा केला आहे.)

५७. संशोधनासाठी निवडलेले कागद, क्र. १६/१७/१०३८१

५८. 'लारी' हे नाणे मुळात इराणमधील 'लार' प्रांतातील होते. चपटे, पिनेच्या आकाराचे हे नाणे विशेषत: कोकणातच व्यवहारात होते. आदीलशाहीचा इराणशी व्यापार असल्याने, कोकणातील 'लारी' या आदिलशाहने पाडल्या होत्या. त्यांवर झर्ब (टांकसाळ) दाबुली (दाभोळ) असे टांकसाळ नाम येते.

५९. M.I.A.S., p.129.

६०. S.S.R.P.D., Vol.VII, pp.157, 159.

६१. Ibid, p.247.

६२. Idem, Vol.VIII, p.241-242.

६३. Ibid.

६४. S.S.R.P.D., Vol.VIII, pp.137-138.

६५. Ibid, p.241.

६६. Ibid, pp.291-292.

६७. Ibid, Vol.VII., p.305.

६८. पे.न्या., पत्र १०२, पृ.११६.

६९. S.S.R.P.D., Vol.VIII, p.239.

७०. भांडारे, पे.ना...पृ.९.

७१. तत्रैव

७२. V.D. Divekar, *Survey of Material in Marathi on the Economic and Social History of India*, Pune,1981, p.117.

७३. १. चं.बा.जोशी , 'दीक्षित पटवर्धन यांचे पेढीचा व्यवहार', *भा.इ.सं.मं, त्रैमासिक, खंड १६, क्र.१*, पुणे,१९३५, पृ.१५-२२

२. ना.गो. चापेकर, 'खासगीवाल्यांच्या हिशोबांचे मंथन', *भा.इ.सं.मं. त्रैमासिक, खंड १, क्र २-३*, पुणे, ऑक्टो.१९२०, जाने.१९२१, पृ.४९-७५.

७४. या परिच्छेदातील विवेचन पुढील संदर्भावरून केले आहे: चं.बा. जोशी, उपर्युक्त, पृ.१६.

७५. तत्रैव, पृ.१९.

७६. ना.गो. चाफेकर, *पेशवाईच्या सावलीत,* पुणे,१९३७, पृ.३३.

७७. तत्रैव, पृ.३४.

७८. तत्रैव, पृ.२६.

७९. इतिहाससंशोधक शं.ना. जोशी सत्कार समिती (संपा.), *मराठेकालीन समाजदर्शन,* पुणे, १९६०, पृ.१६४.

प्रकरण ३ रे

ब्रिटिशकालीन चलन
(इ.स.१८१८ ते १८४०)

गोपाळ-अष्टीच्या लढाईने मराठी राज्य संपले आणि पेशव्यांचे प्रदेश ब्रिटिशांच्या ताब्यात आले. नव्याने जिंकलेल्या या राज्यामुळे तत्पूर्वी न अनुभवलेल्या समस्या समोर उभ्या राहिल्या. अखेरच्या पेशव्याने राज्याच्या प्रशासनाच्या जवळपास सर्व विभागांत गोंधळ निर्माण केला होता. त्यामुळे ब्रिटिशांसमोर या समस्या उभ्या होत्या. मराठी राज्याची अखेरची तेवीस वर्षे इतकी वाईट होती की, सुरुवातीच्या प्रत्येक प्रशासकाला असे वाटत होते की, मराठ्यांच्या राज्यात कोणत्याही खंबीर, स्थिर प्रशासकीय योजना नव्हत्या. सातत्यपूर्ण अराजकाचा हा कालखंड होता; परंतु असे विधान शिवकाळासाठी करणे अन्यायकारक ठरेल.[१]

उजाडलेली गावे आणि उद्ध्वस्त ग्रामीण अर्थकारणास सावरण्यासाठी सर्व काही नव्याने करण्याची आवश्यकता होती.

पेशव्यांचा मुलुख घेतल्यानंतर ११ फेब्रुवारी १८१८ रोजी इंग्रजांनी एक जाहीरनामा काढला. त्यात त्यांनी म्हटले, 'मुलुक बहुतेक उद्ध्वस्त जाला होता तो कुंपिणी सरकारच्या भरवशावर आबाद जाला', त्यात सरकार पुढे म्हटते, 'वाजवी असेल ते सुरळीत चालेल... कुणावर जुलूम-जाजती काही होणार नाही. येविसी कोणीही आंदेशा घेऊ नये.'[२]

एल्फिन्स्टनने म्हटल्याप्रमाणे लोकांनी ब्रिटिशांचे स्वागत फार मोठ्या आनंदाने केले असे नव्हे, तर आता तरी शांततामय पद्धतीने जगता येईल यासाठी केले होते.[३] किंबहुना, त्याआधी ९ फेब्रुवारी १८०३ रोजी वेलस्लीचा जो जाहीरनामा प्रसिद्ध झाला, तेव्हाही 'सर्व पाटील, कुलकर्णी... शेटे, सावकार' वगैरे व रयतेस उद्देशून म्हटले , 'आम्ही दोस्तासारखे येत आहोत, लोकांनी बेफिकीर रहावे. कंपनीचे लष्कर जेथे उतरेल तेथे रखवाली केली जाईल... मुलुखाचे लोकांनी अनाज वगैरे जिन्नस विकत द्यावे. पुरी किमत मिलेल.'[४]

या दोन्ही जाहीरनाम्यांतील आश्वासने ही महत्त्वपूर्ण आहेत. ज्या गोष्टी लोकांना नकोशा झाल्या होत्या त्यांबाबत कंपनी सरकार सवलती देताना दिसते. आणि त्याचबरोबर 'कुंपिणी सरकारच्या भरवशावर' मुलुख आबाद झाल्याचा उल्लेखही विशेष मानला पाहिजे.

नवे राज्य; नव्या समस्या :

मात्र नवीन सुधारणा तत्काळ लागू करण्याबाबत सुरुवातीचे प्रशासक साशंक होते. एल्फिन्स्टनच्या मते, जुन्या राज्यातील जे चांगले होते ते जतन करण्याची आवश्यकता होती. भारतात जुन्या काळापासून चालत आलेली गावगाड्याची परंपरा, कारागीर संस्था जिवंत ठेवण्याच्या पक्षातील एल्फिन्स्टन होता. ब्रिटिशांनी नवीन राज्य जिंकले तरी जुनी प्रमाण कागदपत्रे उपलब्ध नसल्याने, पूर्वीच्या राज्यपद्धतीतील सर्वोत्तम कालखंड हा महसूल गोळा करण्यासाठी प्रमाण मानला. नंतर त्यात टप्प्याटप्प्याने सुधारणा केल्या. त्या संदर्भातील ब्रिटिश सर्वेक्षणे प्रसिद्ध आहेत. मुंबई प्रांतातील रयतवारीबाबत सारानिश्चितीसाठी पाटील महत्त्वाचा ठरला.[६] सारा भरपाई वार्षिक होती पण १८१८-१८२६ दरम्यान जवळपास प्रत्येक वर्षी पिके आली नाहीत. त्यातच १८२४ सालच्या दुष्काळाने भर घातली. कॉलरा, बेकारी, जमिनीवरील वाढता भार या समस्या होत्या. त्यात खराब दळणवळणामुळे निर्यात कठीण बनली.

समस्यांवरील उपाय योजना :

१८२२ साली धान्य व इतर जीवनाश्यक गोष्टींवरून संक्रमण जकाती (Transit Duties) रद्द केल्या गेल्या. मात्र असे करताना मद्य (Wines), पादत्राणे, लोहवस्तू यांना १८२६ मध्ये नव्या शासनाने करातून अग्रक्रमाने सूट दिली. कापूस, रेशीम, नीळ यांच्या बाबतीत नव्याने प्रयोग केले गेले. अर्थात हे प्रयोग लहान प्रमाणातील होत. मोठ्या प्रमाणात ते १८३०, १८४० नंतर झाले. या उत्पादनांशी

संबंधित तसेच इतर व्यापार, लष्कर यांसाठीही महत्त्वाचा घटक म्हणजे दळणवळण होय. सुरुवातीच्या काळातील रस्तेबांधणी ही लष्करी पद्धतीची होती. पुढील काळात १८५२ पर्यंत महाराष्ट्रातील महत्त्वाची व्यापारी केन्द्रे रस्त्यांनी जोडण्यात आली.[७] पेशवेकाळात तसेच ब्रिटिश काळच्या सुरुवातीसही बंजाऱ्यांच्या बैलांच्या पाठींवर लादून मालाची ने-आण होत असे. कापूस उत्पादनामुळे चांगल्या रस्त्यांची गरज कंपनीस भासली. या संदर्भात पुढील काळातील लोहमार्ग आणि त्याने जोडली गेलेली शहरे यांचा नकाशा अभ्यासल्यास रेल्वेचेही उद्दिष्ट स्पष्ट होईल. कोकण व देश यांच्यातील व्यापाराच्या सोयीसाठी थळघाट व रामघाट तयार केले गेले.

चलनासंदर्भातील नवीन प्रश्न :

मराठी राज्य जिंकल्यानंतर ब्रिटिशांसमोर ज्या अनेक जुन्या, नव्या समस्या उभ्या राहिल्या, त्यांतील एक महत्त्वाची समस्या म्हणजे चलनाची (ज्यात एकक नाण्यांचाही समावेश होतो) समस्या होय.

या महत्त्वाच्या आर्थिक संक्रमणाच्या काळात मौद्रिक जगताने (Numismatic World) या नवागतांसमोर जो अपूर्व प्रश्न निर्माण केला तो म्हणजे 'प्रमाणभूत चलनाचा प्रश्न' होय. मागील प्रकरणात आपण पाहिले की, पेशवेकाळात विविध कसाचे रुपये चलनात होते. ब्रिटिशांनी जेव्हा मराठी राज्य जिंकले, तेव्हा भारतात ९९४ प्रकारची सोने, चांदी या धातूंची नाणी प्रचलनात होती. मुंबई इलाख्यातील दिवाणी न्यायालयांच्या मार्गदर्शनासाठी जे शासकीय कोष्टक प्रकाशित झाले, त्यात सोन्याची ३८, तर चांदीची १२७ प्रकारची नाणी इलाख्यात प्रचलित होती असे म्हटले होते.[९] यावरून हा प्रश्न किती गंभीर स्वरूपाचा होता हे समजते.

चलनाचा प्रश्न अधिक महत्त्वाचा बनण्यास महसूल पद्धतीही कारणीभूत ठरली. ब्रिटिशपूर्व महसूल हा 'नख्त' व 'ऐनजिनसी' कोणत्याही प्रकारे अदा केलेला चालत असे.[१०] परंतु; ब्रिटिश काळापासून महसुलाचा भरणा रोखीमध्येच करण्याचा आग्रह होताना दिसतो. शेतसाऱ्यात वाढ करण्याचे व धान्याऐवजी पैशामध्ये सारा वसूल करण्याचे सरकारी धोरण ठरले.[११] त्यामुळे ठराविक प्रकारच्या नाण्यातच महसूल स्वीकारला जाऊ लागला. तसे पाहता ब्रिटिशपूर्व काळातही ठराविक नाण्यांचा व्यवहार चालत असे. उदा. हुंडीमध्ये कोणत्या प्रकारच्या नाण्यात रक्कम अदा करावी याचा खास उल्लेख असे. याप्रमाणे ब्रिटिशपूर्व काळातही कसाच्या दृष्टीने सरस नाण्यास महत्त्व असे, परंतु या नाण्यांचा इतर नाण्यांशी विनिमयात्मक दर हा सरकारी चिंतेचा व चिंतनाचा विषय ब्रिटिशपूर्व काळात तरी दिसत नाही. सराफ-पेढीवाले

हेच याबाबत निर्णय घेताना आढळतात. ब्रिटिश प्रशासक महसुलाबाबत जागरूक असल्याने, त्यांना महसूल रोखीत अपेक्षित असल्याने कोणत्या 'नाण्यात' (नाणेप्रकारात) तो स्वीकारायचा हे ठरणे केवळ गरजेचे नव्हते, तर तो नाणेप्रकार बाजारातील इतर नाण्यांच्या तुलनेत स्थिर राहणे (त्याचे मूल्य ठराविक टिकणे) आवश्यक होते. प्रत्यक्षात तर ही नाणी बाजारातील इतर वस्तूंप्रमाणे आपले मूल्य बदलीत असत.[१२]

विविध चलने स्थिर करण्याचा प्रयत्न :

एल्फिन्स्टन जेव्हा मराठी राज्याचा वहिवाटदार[१३] (कमिशनर) नेमला गेला. त्याने पुण्याचा कलेक्टर कॅप्टन रॉबर्टसन, खानदेशचा पोलिटिकल एजंट कॅप्टन ब्रिग्ज, अहमदनगरचा कलेक्टर पॉटिंजर, सातारचा पोलिटिकल एजंट कॅप्टन ग्रँट डफ यांच्याकडून विविध प्रकारची माहिती मागवली. ही माहिती प्रश्नोत्तर स्वरूपाची आहे.[१४] या प्रशासकांच्या एल्फिन्स्टन सोबतच्या पत्रव्यवहारावरून हे स्पष्ट होते की, विविध प्रकारच्या नाण्यांचे मूल्य स्थिर करण्याचा प्रयत्न या प्रशासकांनी केला. या दृष्टिकोनातून सरकारने टप्प्याटप्प्याने काही निर्णय घेतलेले दिसतात–

अ) कंपनीच्या नाण्याचा आग्रह

'मुंबईचा वृत्तांत' या ग्रंथातील उल्लेखानुसार १७९५ मध्ये असा ठराव करण्यात आला की, "शिक्का रुपया घेतल्यांवाचून जे दस्तऐवज करण्यात येतील ते खरे आहेत असे समजले जाणार नाही."[१६]

तात्पर्याने कंपनीच्या नाण्याच्या आग्रहाची कल्पना जुनी दिसते. किंबहुना हे धोरण सुरवातीपासून दिसते. त्यामुळेच छत्रपती शिवाजीमहाराजांना प्रथम राज्याभिषेक प्रसंगी (इ.स.१६७४) इंग्रजांची नाण्यांबाबतची मागणी कठोरपणे नामंजूर करावी लागली होती.[१७] मराठेशाहीच्या काळापासूनचा कंपनीचा हा आग्रह मराठ्यांच्या पाडावानंतर अधिक ठाम बनला.

आ) नाण्यांची कोष्टके

मागे उल्लेखल्याप्रमाणे ब्रिटिशांनी मराठी राज्य जिंकण्याच्या सुमारास विविध चलने (विविध कसाची नाणी) प्रचलनात होती, या विविध चलनांच्यामधील विनिमयदर तसेच त्यांचा कस या गोष्टींनी तत्कालीन सराफ आणि सावकार यांना मोठी संधी उपलब्ध करून दिली. नाण्यांमधील अदलाबदलीच्या वेळेस ते गैरव्यवहार करीत. सुरुवातीस या फसवणुकीपासून कंपनीही स्वत:ला वाचवू शकली नाही.[१८]

यासाठी ब्रिटिशांनी चलनाची माहिती गोळा केली. (पहा : परिशिष्ट क्र.१) विविध कोष्टकांच्याद्वारे नाण्यांबाबत माहिती घेऊन एखाद्या विशिष्ट नाण्याच्या संदर्भात इतर नाण्यांच्या किंमती मांडण्यात आल्या. थोडक्यात, चलनांमधील विनिमयदरांची शासकीय पातळीवर लेखी स्वरूपात माहिती गोळा करण्यात आली.

हिणकस नाणी चलनातून काढण्याचा प्रयत्न :

कोणत्याही देशाच्या आर्थिक व्यवहारात चांगल्या चलनाचे महत्त्व डॉ. बाबासाहेब आंबेडकर यांनी त्यांच्या 'भारतीय चलन आणि पेढीव्यवहाराचा इतिहास, भाग १' यात व्यक्त केले आहे.[१९] या संदर्भात त्यांनी असे मत मांडले आहे की, मोगल कालखंडात जरी टांकसाळींचे वैविध्य असले तरी नाणी ही शुद्धतेचे भान ठेवून पाडली जात. त्यात कसाबाबत गैरव्यवहार आढळत नाही. परंतु मोगल साम्राज्य कोसळल्यानंतर ते राज्य विविध प्रादेशिक सत्तांमध्ये विभागले गेल्याने चलनाचे वैविध्य, विविध कस, हिणकस नाण्यांच्या उत्पादनाची प्रवृत्ती इ. गोष्टी मोठ्या प्रमाणात वाढल्या. त्याचा अनेक पातळींवर ईस्ट इंडिया कंपनीस तोटा झाला.

महाराष्ट्रातही सरकारने काही ठराविक नाण्यांमध्येच महसूल स्वीकारून खराब हिणकस नाणी चलनातून दूर करण्याचा प्रयत्न केलेला दिसतो.[२०] यासाठी ब्रिटिश राज्याच्या विविध जिल्ह्यांतील सावकारांशी कमाविसदारांच्या मार्फत संपर्क साधून कंपनीच्या रुपयाच्या संदर्भात विविध नाण्यांची किंमत ठरवली गेली. पुणे, अहमदनगर प्रांतांसाठी 'अंकुशी रुपया' हा प्रमाण धरला गेला . ज्या रुपयावर 'अंकुश' चिन्ह असे त्यास 'अंकुशी रुपया' म्हणत. हे नाणे पुणे व चिंचवड येथून पाडले जाई. पेशवे कालखंडातील कसाच्या दृष्टीने उत्तम नाण्यात याची गणना होत असे. पण केवळ या कारणासाठी 'अंकुशी रुपया' हा प्रमाण धरला असे मानता येणार नाही, कारण उपलब्ध अंकुशी रुपये पाहता त्यांच्यावर १२३० ते १२४४ असे आकडे दिसतात. फसली सनाचे हे आकडे आहेत असे 'मराठा मिंट्स ॲण्ड कॉइनेज' या ग्रंथात म्हटले आहे.[२१] हे आकडे जर फसली सनाचे असतील तर, याचे समांतर इंग्रजी सन[२२] हे पुढीलप्रमाणे येतील,

फसली १२३० + ५९०–९१ = १८२०–१८२१

ते

फसली १२४४ + ५९०–९१ = १८३४–३५

१२३२ हा फसली सन दर्शविणारा रुपया

याचाच अर्थ सदर १२३० ते १२४४ अंक असणारे अंकुशी प्रकारचे रुपये हे इ.स. १८२०–१८३४ दरम्यानचे म्हणजेच इंग्रजांनी पाडलेले रुपये होत आणि याच 'अंकुशी' रुपयांना ('ब्रिटिश अंकुशीं'ना) प्रमाण नाणे मानलेले आहे.

कंपनीच्या रुपयास बट्टा बंदी :

ब्रिटिशपूर्व काळात विविध राज्यांनी नाणी पाडली. मराठ्यांनी रुपया परिमाणाचे (Denomination) नाणे विविध ठिकाणच्या टांकसाळीतून पाडले. अशा पद्धतींमुळे नाण्यामधील शुद्धतेचे प्रमाण कमी–जास्त होऊ लागले. परिणामी एखाद्या राज्याचे चलन म्हणून ते वैधानिक मानले जाऊन परीक्षेविना प्रचलनात येईना. म्हणजेच त्या नाण्यांचे पदोपदी परीक्षण होऊ लागले. एकदा परीक्षण झाल्यावर सराफ आपली चिन्हे उमटवीत. पण पुढील काळात वेगळ्या प्रांतात ते गेल्यास तेथील सराफ त्यांची चिन्हे उमटवीत. अशामुळे ते नाणे डागाळले जात असे व त्याचे मूल्यही कमी होत असे. त्यात इतर चलनासोबत विनिमय करताना 'बट्टा' (दोन मूल्यांतील तफावतीचे विनिमय मूल्य) द्यावे लागे.

१७ डिसेंबर १८१८ रोजी सरकारने जाहीरनामा काढून म्हटले, "मुलकात छापी रुपयास (कंपनीच्या शुद्ध रुपयास) बटा घेतात... याजकरिता मुलकात कोणी बटा घेऊ नये व कोरे रुपयावर छाप मारू नये जो कोणी चांगले छापी रुपयास बटा घेईल व कोरे रुपयावर छाप मारील त्याजपासून गुन्हेगारी घेतली जाईल."[२३]

यावरून कंपनी आपली नाणी मानक (Standard) ठरविण्याच्या प्रयत्नात तर दिसतेच, पण सोबत 'बट्टा' आणि 'नाणे पारखणी' या पद्धतींच्याद्वारे सावकार–सराफांचे जे नियंत्रण चलनावर होते, तेही कमी वा मर्यादित करताना दिसते. विशेष म्हणजे कंपनीच्या नाण्यांवर छाप मारण्यास बंदी केली याचा अर्थ कंपनीची नाणी विनासायास चलनात यावीत, त्या नाण्यांबाबत कसाची, वजनाची शंका कोणी घेऊ नये व तपासणी, पारखणी, छाप मारणे या अडथळ्यांशिवाय ती नाणी सुलभपणे चलनात राहावीत याची ही सुरुवात दिसते. डॉ. आंबेडकर वरील पद्धतींच्या चलनास विशेषत्वाने उत्तम चलन म्हणून अग्रक्रम देताना आढळतात.[२४] अर्थात या पद्धतीच्या चलनाचा आग्रह ही आधुनिक संकल्पना आहे. ब्रिटिशपूर्व काळात अशी अपेक्षा कोणत्याही मध्ययुगीन, तसेच प्राचीन राज्यकर्त्याने व्यक्त केलेली दिसत नाही.

ब्रिटिशांची चलनविषयक धोरणे आणि ग्रॅशेम्सचा सिद्धान्त :

ब्रिटिशांनी महाराष्ट्रातील राज्य पेशव्यांकडून जिंकले. कोकणात सावंतवाडी संस्थानची राणी दुर्गावती हिच्या राज्यावर लष्करी कारवाई करुन कोकणातील एकमेव

विरोध नष्ट करून, संपूर्ण कोकण त्यांनी ताब्यात घेतले.[२५] असे असतानाही एतद्देशीय (Indiginious) संस्था आणि प्रचलित परंपरा-पद्धती या स्वतंत्र होत्या. अशी एक परंपरा म्हणजे सराफ-सावकारी पद्धती होय.

पेशव्यांच्या राज्याच्या भोवतालच्या प्रदेशात म्हणजे उत्तर महाराष्ट्रापलीकडील शिंद्यांचा प्रदेश आणि विदर्भ-मराठवाडा परिसरातील निजामाच्या प्रदेशातील सावकारांच्या व्यवहारांचा तोटा ब्रिटिश सरकारला झालेला दिसतो. कॅप्टन हेन्री पॉटिंजर अशी तक्रार करताना दिसतो की, या प्रदेशातील (उपरिनिर्दिष्ट शिंदे, निजाम यांचे प्रदेश) सावकारांना पेशव्यांच्या प्रदेशातील चांगली चलनी नाणी स्वत:कडे नेण्याची सवय आहे. ही चांगली (शुद्ध) नाणी आपल्या प्रांतात नेऊन हे सावकार, ती वितळवून नव्याने त्यांची नाणी पाडतात व पुन्हा या परिसरात आणतात. ग्रॅशेम्स याचा सिद्धान्त आहे की, 'हिणकस चलन, चांगल्या चलनास प्रचलनाबाहेर घालवते' या अर्थशास्त्रीय सिद्धान्ताची प्रचिती आरंभीच्या ब्रिटिश काळात येते. कॅप्टन पॉटिंजर पुढे म्हणतो की, 'सावकारांच्या या सवयीमुळे त्यांना भरपूर फायदा, तर लोकांना तोटा होतो.'[२६]

ही अनिष्ट पद्धती थांबविण्यासाठी पॉटिंजरने विशेष प्रयत्न केले. त्याने अहमदनगर शहराच्या प्रवेशद्वारांवर काही व्यक्ती नेमल्या आणि नाण्यांची ने-आण करणाऱ्यांकडील नाणी प्रत्यक्ष तपासली. वजनास कमी असणारी नाणी जप्त केली; पण असे असतानाही सावकारांची फसवणूक चालूच आहे असे तो म्हणतो. पॉटिंजरच्या मते, या अशा पद्धतीने नाण्यांचे चलनवलन असल्याने मूळ तांब्याचे चलन त्याच्या मूळ वजनाच्या अर्धेअधिक कमी आले आहे. याचाच अर्थ मूळ तांब्याच्या नाण्याचे मानक वजन, नव्याने नाणी पाडताना अपेक्षित वजनाच्या निम्मे बनले आहे. उदा. एखाद्या परिमाणाचे तांब्याचे नाणे पूर्वी १० ग्रॅम्स वजनाचे असेल तर त्याच प्रकारचे नाणे आता ५, ६ ग्रॅम्स वजनाचे पाडून, त्यातील निम्म्या धातूची चोरी करून, १० ग्रॅम्सचे नाणे म्हणून चलनात आले आहे.

पॉटिंजरचे विशेष प्रयत्न :

याआधी उल्लेखल्याप्रमाणे कॅप्टन पॉटिंजर याने चलनाचा दर स्थिर करण्याबाबत विशेष प्रयत्न केलेले आढळतात.[२७] एल्फिन्स्टनला पाठविलेल्या पत्रात तो म्हणतो की, 'मला या विषयाच्या नाजूकपणाची, महत्त्वाची पूर्ण जाणीव आहे, तसेच या विषयात कोणत्याही प्रकारे हस्तक्षेप करण्याची माझी इच्छा नव्हती'. पुढे तो म्हणतो की, 'सावकार मंडळींच्या गैरव्यवहारांमुळे यात लक्ष घालावे लागले.'

पॉटिंजरने विविध नाण्यांचा, त्यांच्या कसांचा अभ्यास करून नाण्यांच्या किंमती स्थिर बनवल्या. तो पुढे म्हणतो की, 'पुणे आणि शिरूर कॅन्टोन्मेंटमध्ये प्रचलित नाण्यांच्या किंमती ठरवल्या आहेत' (अहमदनगर, २३ जुलै १८१८).[२८]

विविध रुपयांचा कोरे किंवा ऐन अंकुशी रुपयात दर ठरविण्यात पॉटिंजरचा पुढाकार होता. त्याने उपजिल्हाधिकारी क्रॉफर्ड यास सदर दरपत्रक तयार करण्यास आदेश दिला. क्रॉफर्डने त्याप्रमाणे दरपत्रक तयार केले होते. (पहा: परिशिष्ट क्र.२ मधील ब) या दरपत्रकावरून एक गोष्ट स्पष्ट होते की, सर्वात शुद्ध वा उत्तम कसाची नाणी हे 'कंपनी छापी' व 'कंपनी ऐन' ही होती. कोरे किंवा ऐन अंकुशी रुपयांपेक्षा ही नाणी उत्तम होती.

खोट्या नाण्यांच्या उत्पादनावर बंदी :

याहीबाबत कॅप्टन पॉटिंजर आणि खानदेशचा पॉलिटिकल एजंट कॅप्टन ब्रिग्ज यांचा पाठपुरावा महत्त्वाचा ठरला. पुणे येथील प्रभारी कमिशनर विल्यम चॅपलिन् यास चांदोर (सध्याचा नाशिक जिल्हा) येथून लिहिलेल्या पत्रात डब्ल्यू. विअरिंग हा उप-जिल्हाधिकारी आपण केलेल्या कारवाईची माहिती देतो.[२९] त्यात तो म्हणतो की, ''चांदोर येथे खोटी नाणी पाडली जातात व ही नाणी धुळे येथे महसुलाच्या रूपाने भरली आहेत. ही नाणी चांदोर टांकसाळीच्या मूळ आवटींच्या साहाय्याने पाडलेली आहेत.'' खोटी नाणे करणारे जोपर्यंत सापडत नाहीत, तोपर्यंत चांदोर टांकसाळीतील सर्व प्रकारचे नाणी उत्पादन बंद ठेवावे असेही म्हटले आहे.

या संदर्भात विअरिंग पुढे म्हणतो की आपल्या (चॅपलिन्च्या) सूचनेची अंमलबजावणी म्हणून मी येथील कमाविसदारांना तात्काळ नाणकोत्पादन थांबवण्यास सांगितले आहे. मूळ आवटी ताब्यात घेतल्या आहेत. खोटी नाणी पाडणाऱ्यांचा शोध चालू आहे. याच पत्रात विअरिंग म्हणतो की, ''आपण पाठविलेली नाणी मी बारकाईने तपासली. चांदोर टांकसाळीतून ही पाडली गेलेली दिसत नाहीत. कारण या नाण्यांत आणि जुन्या चांदोरी रुपयांत फरक आहे. खोटी नाणी शोधण्याचा हाच एक राजमार्ग आहे की त्यांची प्रत्यक्ष तुलना जुन्या नाण्यांसोबत करणे.''

चांदोर येथील २ मार्च १८२० च्या या पत्रातील आशयावरून हे स्पष्ट होते की, खोट्या नाण्यांबाबत 'सुरुवातीचे प्रशासक' किती सावध होते. त्याचप्रमाणे, १८८३ साली प्रकाशित बॉम्बे गॅझेटीअर्स मध्ये अशी माहिती मिळते की, 'चांदोर' (चांदवड) रुपया आणि 'जरीपटका' रुपया हे अनुक्रमे चांदवड आणि नाशिक टांकसाळींमधून पाडले जात, परंतु ब्रिटिशांच्या विजयानंतर थोड्या कालखंडातच

या दोन्ही टांकसाळी बंद करण्यात आल्या. तरीही ही रुपया प्रकारची दोन्ही नाणी १८३५ पर्यंत चलनात होती.[३०]

यावरून हे समजते की, ईस्ट इंडिया कंपनीच्या प्रशासक अधिकाऱ्यांनी एतद्देशीय चलन कशा प्रकारे चलनातून घालवले व ज्या नाण्यांच्या खरेखोटेपणाबाबत साशंकता वाटत होती. अशा टांकसाळीच कशा बंद केल्या.

विल्यम चॅपलिनचे चलन-संदर्भातील कार्य :

टांकसाळी मक्त्याने देणे हा पेशवेकालीन उत्पन्नाचा एक भाग होता. एल्फिन्स्टनने म्हटल्याप्रमाणे, एकट्या पुणे टांकसाळीस वार्षिक १०,००० रुपये महसूल मिळत असे. असे असतानाही भेसळयुक्त, खोटी नाणी पाडणे असे गुन्हे होत असत. त्यामुळे स्थानिक पातळीवरील नाण्यांबाबत विल्यम चॅपलिन याने जिल्हाधिकाऱ्यांना (Collectors) अंकुशी रुपयात स्थानिक नाण्यांच्या दराची पत्रके करण्यास सांगितले. मीरा सिंग यांनी आपल्या प्रबंधात असा शेरा मारला आहे की, अंकुरी (हे अंकुशी पाहिजे) रुपया त्याच्या विस्तृत परिसरातील वापरामुळे प्रस्थापित वा प्रमाणित नाणे मानले गेले.[३१] परंतु सदर कारण पुरेसे नाही. यापूर्वी अंकुशी रुपयाची चर्चा 'हिणकस नाणी चलनातून काढण्याचा प्रयत्न' या शीर्षकाच्या मुद्द्यात केली आहे. चॅपलिनने सोन्याच्या आणि चांदीच्या नाण्यांतील विनिमयदर शोधण्याचेही आदेश दिले होते. अनेक वर्षे जो दर त्या विशिष्ट नाण्यास मिळत आहे त्याची सरासरी काढून ती गृहीत धरली जावी, असे चॅपलिनचे मत होते. त्याने आपल्या अधिकाऱ्यांना अशाही सूचना दिल्या होत्या की, कोणत्याही नाण्यात फेरफार करू नयेत, असे फेरफार केल्यास रयत आणि सरकार या दोघांनाही तोटा होतो.[३२] तात्पर्याने त्याचा इशारा नाण्यांचा बट्टा आणि पारखणी याबाबत आहे.

धारवाडचा जिल्हाधिकारी थॅकरे (Thackeray) याच्या नाणकविषयक निरीक्षणांचे चॅपलिनने स्वागत केले. दक्षिण मराठा जिल्ह्यात कित्तूर आणि मुधोळ टांकसाळी बंद करणे, शाहापूरची टांकसाळ बेळगावला हलविणे यामुळे चलनात पुष्कळ एकसंधता (Uniformity) येईल. ज्याप्रमाणे, कोल्हापूर आणि कोल्हापूरच्या जहागिरीमधील टांकसाळी बंद केल्याने हिणकस, दुय्यम नाणी चलनातून बाहेर पडली, ज्याची मदत त्या परिसरातील चलनाच्या एकसंधतेस झाली. धारवाडच्या जिल्हाधिकाऱ्याने चॅपलिनला असेही सुचवले की, एक नियमित टांकसाळ धारवाड येथे स्थापन करावी. धारवाड टांकसाळीचा प्रश्न पेशवेकाळापासून गाजत होता. ब्रिटिशकाळातही त्याबाबत विचार चाललेला दिसतो.

चॅपलिनचे व्यक्तिशः असे मत होते की, मद्रास आणि मुंबईचे चलन (त्यास मद्रास आणि मुंबई रुपया अभिप्रेत असावेत) स्थानिक चलनास कधीही पर्याय ठरू शकणार नाहीत. त्यामुळे तो असे सुचवितो की, स्थानिक नाण्यांचा दर्जा अशा तऱ्हेने वाढविला पाहिजे की, ती नाणी मुंबईच्या रुपयाच्या दर्जाची बनली पाहिजेत. अशामुळे तीन ते चार वर्षांत एकसंध चलन (Uniform Currency) सुरू करता येईल. याच्या जोडीला त्याने असे म्हटले की, रुपया ते पैसा या दरम्यान अर्धा रुपया, पाव रुपया अशी नाणी हवीत.[३३] या ठिकाणी एक बाब लक्षात येते ती अशी की, एकसंध चलन हे ब्रिटिशांचे लक्ष दिसते. लहान परिमाणांच्या नाण्यांची गरज व्यक्त करताना चॅपलिनला असे सूचित करायचे आहे की, फक्त रुपयाच्या पातळीस चलनसुधारणा करून भागणार नाही तर त्याच्या भागमूल्यांकातही एकसारखेपणा आणला पाहिजे अन्यथा भागमूल्यांकांच्या पातळीवर जर स्थानिक चलन प्रचलित राहिले तर 'चलनाची एकसंधता' या संकल्पनेला काही अर्थ राहणार नाही. ज्या समस्यांसाठी म्हणून एकसंध चलनाचा आग्रह धरला जात आहे, त्या समस्या तशाच राहतील. थोडक्यात सांगायचे आल्यास, क्लाइव्हने १७६६ साली बंगाल प्रांतात जो पहिला वहिला एकसंध चलनाच्या दिशेने जाणारा चलनसुधारणेचा (Currency Reform) 'द्विधातुक चलनाचा प्रयोग' केला, तशाच पद्धतीचा तात्त्विक आग्रह चॅपलिन याने धरलेला आढळतो. चलनातील जी एकसंधता १८३५ सालापासून साधली गेली, ती केवळ चलनविषयक समस्यांना उत्तर म्हणून अस्तित्वात आली नाही, तर प्रशासनातील इतर यंत्रणांप्रमाणे 'चलन व टांकसाळ' यांच्या सुसूत्रीकरणाचा तो प्रकल्प होता.

अशा रीतीने एलफिन्स्टनप्रणीत ब्रिटिश शासनाने १८१८ ते १८२६ पर्यंतच्या काळात चलनविषयक समस्यांचे निराकरण केलेले दिसते. याचा अर्थ असा नव्हे, की १८१८ला मराठी राज्य जिंकताना ज्या समस्या होत्या त्या सर्व १८२६ पर्यंत संपल्या. चलनविषयक समस्यांची परिवर्तने ही दीर्घकालीन प्रक्रिया असल्याने, बदल पूर्णतः रुजण्यास मोठा कालखंड जावा लागतो. १८१८ ते १८२६ हा काल मराठी राज्य जिंकल्यानंतरच्या ब्रिटिश ईस्ट इंडिया कंपनीच्या प्रशासनाचा प्रारंभ आणि प्रस्थापनेचा काळ आहे. डॉ. आर.डी. चोकसी यांनी या कालखंडास 'स्थित्यंतराचा कालखंड' (Period of Transition) असे संबोधले आहे.[३४] प्रस्तुत ठिकाणी काळाची हीच चौकट चलनविषयक स्थित्यंतराची नोंद करण्यास उपयोगात आणली आहे. ''ऐतिहासिक काळाचे आपण आपल्या सोयीकरिता जरी निरनिराळे विभाग कल्पितो,

तरी मानवेतिहासात मागच्याशी पुढचा संबंध इतका असतो व एकंदर कारणपरंपरा इतकी अखंड असते की, अमुक काळी एक युग संपले व दुसरे सुरू झाले असे म्हणण्याचा प्रयत्न करणे खरोखर हास्यास्पद होईल,''[३५] हे डॉ. धनंजयराव गाडगीळांचे विधान चलनाच्या प्रस्तुत इतिहासासही लागू आहे. परंतु फक्त अध्ययनाच्या सोयीसाठी १८१८ ते १८२६ आणि १८२६ ते १८३५ अशी विभागणी केली आहे.

१९व्या शतकाच्या पूर्वार्धात ब्रिटिशांनी वापरलेला अंकुशी रुपया

महाराष्ट्राच्या प्रातिनिधिक प्रदेशातील नाणी आणि ब्रिटिशांची त्याबाबतची धोरणे

ठाणे–वसई :

मराठा कालखंडात १८१८ पर्यंत महसूल हा सुरत आणि भडोच रुपयात तर, २/३ महसूल हा चांदवडी रुपयात जमा होत असे.१८२६ पर्यंत असे चालले. १८२६ला सुरत रुपया हा कायदेशीर चलन ठरवला गेला. शासकीय जमाखर्चाच्या ताळेबंदात तोच फक्त वापरला जाऊ लागला. यामुळे जमीन महसुलात वाढ होऊ नये याचीही खबरदारी घेण्यात आली. १८४३ साली चांदोर रुपयाचा बाजारभाव हा भडोच रुपयाच्या ३/४ होता आणि कंपनीच्या रुपयापेक्षा १ १/२ ते २ टक्क्यांनी कमी होता. १८७८ साली सुरती रुपया हे चलन पूर्णतः थांबवण्यात आले. ठाण्याच्या उत्तरभागात भडोच रुपया चलनात होता; पण तो कंपनीच्या रुपयापेक्षा दुय्यम दर्जाचा होता.[३६]

१८३० सालापर्यंत 'सातारा शिवराई' किंवा 'छत्रपती' किंवा 'ढब्बू' जे एक रुपयास ७४ ते ८० असत ते प्रचलित होते. १८३० नंतर ब्रिटिश तांब्याचा पैसा चलनात आला.[३७] अशा ६४ पैशांचा एक रुपया होत असे. हा तांब्याचा पैसा कायदेशीर चलन मानला गेला. पुढील काळात ब्रिटिश पद्धतीचा तांब्याचा पैसा स्वीकारला जावा म्हणून बरेचसे प्रयत्न करावे लागले.

सोलापूर :

या प्रदेशात निजामाचे रुपये विशेषकरून प्रचलित होते. निजामाच्या रुपयासच 'समशेरी', 'हाली सिक्का' किंवा 'सालार रुपया' म्हणत. याचा दर हा बराचसा बदलता होता. साधारणतः १३$^{१}/_{२}$ ते १४ आणे असा याचा दर होता. सोलापूर गॅझेटिअर (१८८४) अशी माहिती देते की, कापूस, तेल इत्यादींचे भाव निजामी रुपयात नोंदवत असत, परंतु शासकीय नाण्यात (सुरत रुपयात) ७ ते ८ टक्के सवलतीने खरेदी करत. निजामाचे जकात अधिकारी १६$^{१}/_{२}$ टक्क्यांनी स्वीकारत असत. जुने तांब्याचे पैसे, 'शिवराई' म्हणून ओळखले जात. ते जिल्ह्यात भरपूर प्रमाणात आढळून येतात.[३८]

अहमदनगर :

ब्रिटिश राज्याच्या सुरुवातीला जी मुख्य नाणी या प्रांतात प्रचलित होती ती नाणी म्हणजे, अंकुशी रुपया, बेलापुरी, चांभारगोंदी (श्रीगोंद्याचे), चांदवडी (चांदोर येथे पाडले जाणारे), जरीपटका (नाशिक) आणि वाफगावी इत्यादी नावाचे रुपये होते. (अहमदनगर प्रांतातील या आणि इतर नाण्यांमधील विनिमयसंबंधाचे दरपत्रक परिशिष्ट क्र. २.ब मध्ये पहावे.) १८८४ साली प्रकाशित अहमदनगर गॅझेटीअरमध्ये एक महत्त्वपूर्ण उल्लेख येतो तो म्हणजे वरील प्रसिद्ध दरपत्रक देताना "१०० कोरे यापुढे नवीन (New) तसेच १०१ सुलाखी किंवा 'पारखलेले' (Tested)" हा होय.[३९]

ब्रिटिशांच्या मराठी राज्यांवरील विजयानंतर ही नाणी पाडणे बंद झाले. तरी १८३५ पर्यंत ही नाणी प्रचलनात होती. १८८४ साली मात्र 'ही नाणी चलनातून अदृश्य झाली आहेत' असेही गॅझटिअरमध्ये म्हटले आहे. किंबहुना अहमदनगर शहर (Town) आणि लष्कर विभाग (Cantonment) यात नाण्यांसोबत नोटाही चलनात असल्याचे म्हटले आहे.[४०]

चांदीच्या नाण्यात शाही रुपया (Imperial Rupee), अर्धा रुपया (अधेली), पाव रुपया (पावली), एक अष्टमांश रुपया (चवली), तर तांब्याच्या नाण्यात अर्धा आणा-पैसा ढब्बू, पाव आणा-पैसा, एक बारांश आणा पैसा (पै) व कवडी शंख हे वापरले जात असत. अहमदनगर आणि परिसरातील बाजारात भाजी इत्यादींसाठी कवड्या वापरल्या जात. पाव आण्यास ८० कवड्या मिळत असत. यावरून असे दिसते की, लहान-सहान वस्तूंच्या खरेदीसाठी नाणी न वापरता कवड्या वापरीत.

जंजिरा परिसर :

जंजिऱ्याची टांकसाळ १८३४ साली बंद करण्यात आली. त्यातून चांदी व तांब्याची नाणी पाडली जात असत, जंजिऱ्याच्या नबाबाच्या रुपयास 'हबसाणी रुपया' किंवा 'निशाणी रुपया' म्हणत.[४१] कारण त्यावर 'ज' असे चिन्ह असे. त्याचा तांब्याचा पैसाही होता. तो कंपनीच्या एका रुपया बरोबर शंभर या प्रमाणात होता. याशिवाय हुंडी व्यवहारही दिसतात. २०० ते २,००० रु. पर्यंतच्या हुंडी मुंबई, जाफराबाद, गुजरात इ. ठिकाणच्या मिळत असत.

कुलाबा :

या परिसरात आंग्र्यांनी पाडलेले 'जुने रुपये' किंवा 'अलिबाग-कुलाबा' प्रचलित होते. या बरोबर 'जंजिरा-कुलाबा किंवा नवीन रुपया' तसेच 'अलिबागी तांब्याचा पैसा' प्रचलित होते. १८४२ सालचे मुंबई टांकसाळीचे नाणे पारखण कोष्टक (Assay Table) अशी माहिती देते की, जुन्या अलिबाग रुपयाचे वजन १७१.६४ ग्रेन्स होते. त्याचा कस (Touch) ८४.७५ होता. परंतु ब्रिटिश चलनाच्या प्रसारानंतर या रुपयांचे प्रचलन कमी होत गेले.[४२]

कोल्हापूर :

कोल्हापूर परिसरात जुन्या रुपयांपैकी हुकेरी, नीलकंठी, पन्हाळी आणि शंभू हे चार प्रकारचे रुपये चालत होते. १०० हुकेरीचे ८६ कंपनी रुपये, १०० नीळकंठीचे ५६ कंपनी रुपये, १०० पन्हाळीचे ९६ कंपनी रुपये, १०० शंभू पीरखानीचे ८७ असा विनिमय होत असे. जुन्या हुकेरीचे वजन १७१.०७५ ग्रेन्स असे. नीळकंठी रुपया १६९.६२७ ग्रेन्सचा, पन्हाळी १६९.०९२, तर शंभू पीरखानी १७५.०३० ग्रेन्सचा होता. कोल्हापूर सरकारची राजधानी पूर्वी पन्हाळगडवर होती, तेथे पन्हाळी नाणी पाडण्याची टांकसाळ होती. १७८८ मध्ये पन्हाळ्याहून राजधानी कोल्हापूरला आल्यानंतरही कोल्हापूर टांकसाळीत कधीकधी पन्हाळी रुपये पाडीत. १८३८ साली कोल्हापूर टांकसाळ बंद झाली व कंपनीच्या नाण्याशिवाय दुसरे कोणतेच नाणे चालेनासे झाले.[४३]

खानदेश :

चांदोर (चांदवडी) रुपया, जो नाशिकजवळील चांदोर वा चांदवड या ठिकाणाहून पाडला जायचा, तो खानदेश परिसरात प्रचलित होता. १८३५ पासून शाही रुपया हा या परिसरतील प्रमाणित नाणे (Standard) बनला. मात्र खानदेशच्या पूर्वेकडील भागात व्यवहार रुपयात होत पण जमाखर्च ताळेबंद हे जुन्या नाण्यात टक्क्यात ठेवत. ही नाणी $^{१}/_{२}$ रुपया किंमतीची होती. १ टक्क्याचे १६ ते २४ ढबू येत. टक्का रुपया बदलण्यासाठी, बदलणाऱ्या सावकारास बट्टा द्यावा लागत असे.[४४]

अक्षी–नागाव :

शिवपूर्वकाळात 'सजगणी' हे नाणे या परिसरात प्रचलित होते. आंग्रेकाळात याच नाण्याला ढबू म्हणू लागले. एका ढबूच्या दोन शिवराई मिळत असत. याप्रमाणे बारा शिवराई व सहा ढबूंची एक लारी मिळत असे. बुजुरकी हे नाणे अष्टागारात प्रचलित होते. साधारणतः चार रुक्यांना एक बुजुरकी मिळे.[४५] पेशवेकाळात येथे पुणे चालीचा रुपया चालत असे.

इंग्रजांची सत्ता दृढ झाल्यावर सुर्ती शिक्का (सुरती रुपया) व आंग्रे यांचा अलिबागी रुपया हेही चालत. १८१९–२० सालच्या वर्णनानुसार ढबू, सापिका, दमडी ही लहान परिमाणाची (भागमूल्यांकाची) नाणी प्रसारात होती.१८३३–३४च्या वर्णनानुसार पुणेचाल, सुर्ती. अलिबागी असे तीन प्रकारचे रुपये चालत. शां.वि. आवळसकर असे लिहितात की, 'पेशवाई गेली, पण पेशव्यांचे नाणे बराच काळ प्रचारात होते'.[४६] १८४०–४१मध्ये रयतेस सुचविण्यात आले की, कोणत्याही प्रकारचा भरणा करताना पुणेचाल किंवा सुर्ती रुपयांत करावा. हा जो अलिबागी रुपया होता, प्रथम त्यावर छत्रपतींचा शिक्का होता. आंग्रे यांनी त्याचे स्वरूप बदलून 'श्री' या अक्षराचा रुपया अष्टागारात प्रचलित केला.[४७] त्यामुळे 'जुना रुपया' व 'नवा रुपया' असे शब्द प्रचारात आले. श्री हा रुपया १८३६ मध्ये प्रचारात आला पण तो आंगऱ्यांच्या प्रदेशातच चाले; म्हणून असंतोष पसरला. आंगऱ्यांचे ८८ रुपये म्हणजे मुंबईकरांचे (इंग्रजांचे) १०० रुपये असा १८४२ मध्ये दर होता. याचा अर्थ आंग्रे यांचा रुपया अधिक शुपद्ध होता. १८२४–२५ साली नागावात टांकसाळ होती. नाणे पाडण्याचे वतन देत असत. या वतनदारास 'पोतदार' म्हणत. सरकार व पोतदार यांच्यात नाणी पाडण्याचा करार–मदार होत असे. पोतदार नाणी पारखण्याचेही काम करत. खोट्या रुपयास 'करडा रुपया' असे म्हणत.

नाणी ब्रिटिशांची, मराठ्यांची नव्हे

मराठ्यांच्या 'पुणे' इ. टांकसाळीतून अंकुशी प्रकारचे रुपये पाडले गेले. मराठ्यांच्या नाण्यांवरील अनेक ग्रंथ व पुस्तकांत आपणांस असे 'अंकुशी' रुपये छापलेले दिसतात. त्यांतील काही अंकुशी नाण्यांवर १२३०, १२३१-१२३५, अगदी १२४४ हे आकडे प्रत्येक नाण्यावर एक आकडा याप्रमाणे अंकित दिसतात. ही नाणी मराठ्यांची कशी काय? १२३० ते १२४४ पर्यंतचे अंक फसली संवताचे आहेत. त्यांचे इ.स. रूपांतर केले असता १८१९-१८३४ हे सन येतात. या काळात महाराष्ट्रात अर्थातच ब्रिटिशांचे राज्य असल्याने ही नाणी मराठा चलन व पूर्णत: ब्रिटिश चलन यांच्यातील स्थित्यंतराची अवस्था होय.

रोख महसूल :

कुलाब्याचा पहिला कलेक्टर डेव्हिस याने नख्त रकमेत सारा वसूल करण्याची पद्धत रूढ केली. ऐनजिनसी वसूल होण्याची पद्धत मोडली. या संदर्भात शां.वि. आवळसकर लिहितात, "सबंध पश्चिम किनाऱ्यावरच काय, पण दक्षिण भारतांत इंग्रजांस शत्रू राहिला नव्हता. तेव्हा सैन्य कमी करणे इंग्रजांस शक्य होतें. आता ऐनजिनसी तनख्याची भानगडच इंग्रजांनी ठेवली नसल्यामुळे सरकारी गोदामे, कोठारे, भात इत्यादींच्या रखवालीची गरजच उरली नव्हती. आता कारभार रोख पैशात सुरू झाला होता!"[४८]

१८४१ साली कंपनी सरकारचा कारभार सुरू झाल्यावर कलेक्टर्सनी मराठे-आंग्रे राजवटीतील ऐनजिनसी महसूल, घरटक्का, वनटक्का हे बंद केले; पण 'शिलोत्री मण' ही जुनी परंपरा मात्र कंपनी सरकारने कायम ठेवली.[४९]

एकंदरीत संस्थाने ही उशीरा ताब्यात घेतल्याने त्यांतील बदल हे ब्रिटिशांच्या ताब्यातील प्रदेशांपेक्षा सावकाश दिसतात. आंग्रे यांच्या नाण्यांना त्यांच्या प्रदेशाबाहेर बंदीचा उल्लेख मात्र महत्त्वाचा होय. तसे पाहता, अलिबाग येथे एक पेढी होती. तिचा व्यवहार पुणे, मुंबई, बनारस येथे चाले. पावसाळ्यात दर जास्त असे म्हणजे मुंबईस पैसे पाठवण्याचा उन्हाळ्यातील दर शेकडा पाव तर पावसाळ्यात अर्धा टक्का असे. ही पेढी नाण्यांची अदलाबदल करत असणार. त्यामुळे बाहेरील प्रदेशाची हुंडी घेताना इंग्रजी रुपयात व्यवहार होत असणार हे स्पष्ट आहे. 'आंग्रे यांच्या ८८ रुपयांना १०० कंपनी रुपये मिळत', असा उल्लेख यापूर्वी आला आहेच.

शिलोत्री मणाची परंपरा ठामपणे कायम ठेवण्याचे धोरण पाहता. 'एतद्देशीय

लोकांची पद्धती कायम ठेवा; नवीन कर बसवू नका' या एल्फिन्स्टनच्या विचारांची आठवण होते.[५०]

द्विधातुक पद्धतीकडून एकधातुक पद्धतीकडे स्थित्यंतर (१८२६ ते १८३५)

(Transformation from Bi-metalism to Monometalism)

मराठी राज्य जिंकल्यानंतर सुरुवातीच्या ब्रिटिश प्रशासकांनी चलनविषयक समस्या सोडविण्यासाठी कोणती पावले उचलली याविषयी आपण विचार केलेला आहे. हे करताना ब्रिटिशांनी काही आधुनिक पद्धतीच्या संकल्पना रूढ केल्या. उदा. 'कायदेशीर वा वैधानिक चलन' (Legal Tender Money) ही संकल्पना होय. एखाद्या विशिष्ट नाण्याला वा नाणेप्रकारास कायदेशीर पद्धतीने सरकारमान्यता देणे यात अभिप्रेत आहे. मात्र ही प्रक्रिया सर्वत्र एकाच नाण्याची नाही, म्हणजेच सुरूवातीच्या काळात विविध परिसरांत, त्या त्या परिसरातील प्रसिद्ध व विशेषत: ब्रिटिशांकडून उत्पादित नाण्यास, अशा स्वरूपाची अधिमान्यता दिलेली दिसते. उदा. 'देशावर' पुणे, अहमदनगर, सोलापूर या परिसरात चलनाच्या संदर्भात अंकुशी रुपयास अशा स्वरूपाची अधिमान्यता दिली होती, तर संयुक्त प्रांतात (सध्याचा मध्य भारत व इतर) फरुखाबाद रुपया (जो ब्रिटिश पाडीत असत) त्यास अशी मान्यता दिसते.

थोडक्यात ती प्रक्रिया पुढीलप्रमाणे होती:

१. चलनातील नाण्यांची वजन, कस, पत यांची माहिती जमवली.
२. विशिष्ट प्रकारच्या (शक्यतो ब्रिटिश) नाण्यांना त्या त्या परिसरांसाठी अधिमान्यता दिली, महसूल इत्यादी त्याच प्रकारांच्या नाण्यात स्वीकारला.
३. सराफ सावकारांद्वारे वा इतरांद्वारे उत्पादित हिणकस नाणी चलनातून बाद केली.
४. एकसंधता आणण्याचा प्रयत्न केला.
५. १८३५ च्या कायदेशीर अधिमान्य एक समान चलनाची निर्मिती केली.

हे करताना संस्थानी परिसर सुरुवातीस वगळले होते. उदा. आंग्रे यांच्या राज्यात अलिबागी रुपया प्रचलित होता. १८४१ नंतर आंग्रे यांचा प्रदेश ताब्यात घेतल्यावर त्या परिसरात ब्रिटिश चलनाचा प्रसार झाला.पेशव्यांकडून जिंकलेल्या प्रदेशात मात्र चलनविषयक बदल तत्काळ लागू होत असत. अर्थात तो प्रदेश थेट ब्रिटिश कंपनीच्या नियंत्रणाखाली होता. आर्थिक व्यवहारांच्या संदर्भात,

१) भारतातील नाण्यांमधील असामान्य वैविध्य
२) एकाच प्रकारच्या रुपयाच्या प्रांतागणिक विविध किंमती (कमी-जास्त प्रमाणात)

अशा स्वरूपाच्या आर्थिक प्रश्नांमुळे एकसंध चलनाची (Uniform Currency) आवश्यकता मोठ्या प्रमाणात होती.[५१] १९ व्या शतकातील चलनविषयक सुधारणेची पार्श्वभूमी म्हणून येथे क्लाइव्हच्या एका प्रयोगाचा विचार करणे आवश्यक वाटते.

ब्रिटिशांचा चलनसुधारणेचा पहिला प्रयोग (इ.स. १७६६) :

बंगाल प्रातांच्या इतिहासात १७६६ मध्ये सर्वप्रथम ब्रिटिश सोन्याचे नाणे पाडून क्लाइव्हने चलन सुधारणेचा जो ज्ञात पहिला प्रयोग केला, अशा प्रयोगातून पुढे 'चांदीचे एकसूत्री चलन' लागू केले गेले. ब्रिटिशांनी बंगाल प्रांत जिंकल्यानंतर चांदीचा तुटवडा निर्माण झाल्या. याचे मुख्य कारण म्हणजे चीनला व भारतातील इतर प्रदेशात बंगालातून चांदीचे 'वहन' (Drain) हे होते. १७५७ ते १७६६ पर्यत बंगालमध्ये चांदीची आयात मोठ्या प्रमाणात मंदावली होती. यास आसपासच्या देशांबरोबर व्यापारात घट, बंगाल-बाहेरील सैन्यावरील प्रचंड खर्च, जवळपास १३ दशलक्ष स्टर्लिंग इतक्या रकमेसह मीर कासीमचे पलायन, शाहआलमला वार्षिक २६ लाखाची देय देणगी, हीसुद्धा कारणे होती. यावर उपाय म्हणून चीनला चांदीची निर्यात थांबवावी असा प्रस्ताव क्लाइव्हने कंपनीच्या संचालक मंडळाकडे धाडला. परंतु संचालकांना (Directors) या प्रश्नाचे महत्त्व लक्षात आले नाही. या प्रश्नावर तात्पुरता तोडगा म्हणून क्लाइव्हने काही चलनविषयक सुधारणा करण्याचे ठरवले आणि ३१ जानेवारी १७६६ रोजी त्याने आपला द्विधातुक चलनाचा प्रस्ताव (Bimetallic Scheme) कंपनीच्या संचालक मंडळाकडे पाठविला. या प्रस्तावावर विचार करणाऱ्या समितीने 'चांदीचा प्रश्न' तत्काळ सोडवण्यासाठी उपाय म्हणून या योजनेस हंगामी मान्यता दिली पण हे करताना सोने चांदी यांच्यातील विनिमय दर लक्षात घेण्याची सूचना केली. योगायोगाने इंग्लंडमधील टांकसाळीने ठरवलेले सोने-चांदी यातील विनिमय दर आणि भारतातील दर सारखे होते. नव्या सुवर्ण मोहोरेसाठी १५ 'चांदीचे सिक्का रुपये' असा भाव/विनिमय दर ठरवण्यात आला. समिती क्लाइव्ह यांच्यातील विचारविमर्शानंतर नवीन सुवर्णमोहोर ही त्यातील सापेक्ष अंतर्गत मूल्यापेक्षा (Relative Intrinsic Value) ८% जास्त मूल्याची पाडायचे ठरवले.

२ जून १७६६ रोजी सुवर्ण नाणी उत्पादनाचा ठराव मंजूर झाला. त्यात पुढीलप्रमाणे अटी होत्या

१. या नाण्यावर 'मुर्शिदाबाद सिक्का' या नाण्याप्रमाणेच ठसा असावा. ही मोहोर अर्धा, पाव, अष्टमांश भागात पाडावी.

२. सिक्का रुपयाशी याचा विनिमयदर १४:१ असा राहील.

३. सर्व व्यवहार सार्वजनिक वा खाजगी हे ठराविक बट्ट्यानेच होतील. कृत्रिमरीत्या अधिक बट्टा घेण्याच्या कोणत्याही प्रयत्नासाठी कठोर शिक्षा केली जाईल.

४. या चलनास नाकारल्यास संचालक मंडळास जे योग्य वाटेल ती सजा देण्यात येईल.

मि. कॅम्पबेल ज्याच्या सल्ल्याने क्लाइव्ह ही योजना अंमलात आणू पाहात होता तो नाणे तपासनीस (Assay Master) होता. त्याने या प्रस्तावावर विचार करणाऱ्या समितीस आधीच काही मुदद्यांबाबत सावध केले होते.

त्याच्या पत्रातील विचार हे ब्रिटिशांच्या मौद्रिक धोरणावर प्रकाश टाकणारे आहेत, हे मूळ पत्र इंग्रजी भाषेतील असून नंदलाल चटर्जी यांच्या 'क्लाईव्हची द्विधातुक योजना' या लेखात उद्धृत केले आहे[५२] त्याचा मराठी अनुवाद पुढीलप्रमाणे

'सिक्का रुपयावर जो वार्षिक बट्टा बसतो ती अनिष्ट पद्धती बंद करण्याचा जो मार्ग मला दिसतोय तो म्हणजे या देशात सोन्याचे चलन सुरू करणे हा होय. आता चांदीच्या नाण्यास एक ठराविक दर निश्चित झाला आहे, जर विनिमयात कोणता तोटा होणार नसेल तर कोणत्याही प्रकारचा रुपया कितीही दुर्मिळ झाला तरी बट्टा बदलणार नाही कारण ती रक्कम सोन्याच्या नाण्यात अदा करता येईल. आधीच जास्त विनिमय दर असणाऱ्या या मोहोरेत, तिच्या ठराविक प्रमाणापेक्षा कोणत्याही प्रकारची भेसळ करता कामा नये. अशा प्रकारे भेसळ करण्याच्या सार्वजनिक प्रवृत्तीस आळा घालण्यासाठी मृत्युदंडाची शिक्षा द्यावी असे माझे व्यक्तिगत मत आहे. परंतु अशी शिक्षा देण्याची परवानगी ग्रेट ब्रिटनच्या चलनी नाण्यात फेरफार करण्याशिवाय इंग्लिश कायदे देणार नाहीत. याकरिता या देशात कायदे तयार व्हायला हवेत. तुमचा ठराव हा मुर्शिदाबाद टांकसाळीत जाहीर व्हावा, आणि नाणी पाडणाऱ्यांवर आणखी एक नियंत्रण म्हणून, अधिकाऱ्यांना अधूनमधून कलकत्ता येथे आपली नाणी नमुनास्वरूपात तपासण्यास पाठवण्यास सांगावे.

याप्रमाणे मला असे जाणवत आहे की, ही नवीन नाणी वितळवणे, 'तासणे'

यासारख्या गोष्टींसाठी कठोर दंड बसवावेत. याचप्रमाणे या नाण्यावरील बट्ट्याचे मूल्य बदलण्याचा प्रयत्न करणाऱ्यास कठोर दंड करावा. या सर्व गोष्टी नबाबाच्या प्रदेशात सर्वांना जाहीर कराव्यात.'[५३]

या पत्रावरून ब्रिटिशांच्या चलनविषयक बऱ्याच संकल्पना स्पष्टपणे समजतात. चलनाच्या बाबत बोलायचे झाल्यास आधुनिक म्हणता येतील अशा अनेक बाबींचा उल्लेख वा उपयोग ब्रिटिशांच्या चलनविषयक धोरणात दिसतो.

वरील योजनेत क्लाइव्हची काही उद्दिष्टे डॉ. नंदलाल चटर्जी यांनी नमूद केली आहेत

१. चांदीच्या तुटवड्याबाबत उपाययोजना.
२. ठराविक दराचे नाणे चलनात आणून सावकारांच्या बट्ट्याच्या मूल्यातील चढउतारांना आळा घालणे.
३. अंतर्गत मूल्यापेक्षा जास्त किंमत नाण्यास देऊन सोन्याच्या आयातीस प्रोत्साहन देणे.
४. सोन्याच्या साठेबाजीस आळा घालणे.

मात्र क्लाइव्हची ही योजना अपयशी ठरली. ज्या गोष्टीसाठी ही योजना सुरू केली ते मूळ उद्दिष्ट साध्य झाले नाही.

याची काही कारणे होती..

१. सोने हे नाणेरूपाने बंगालमध्ये, ही योजना लागू केली तेव्हा नवीन होते. लोकांना सोन्याच्या नाण्यांची सवय नव्हती.
२. सोने हे पैसा बनले आणि मोहोरेचा सिक्का रुपयाशी कायदेशीर विनिमय-दर ठरला. तरीही लोक त्यास मोहोर समजण्याऐवजी धातूचा तुकडाच समजत होते.
३. परदेशी कंपनी व्यापारात चांदीस अग्रक्रम देत असत. यामुळे चांदी चढ्याभावाने खरेदी करणे गरजेचे बनले.
४. कलकत्त्यातील अधिकाऱ्यांना असा संशय होता की, सराफ लोक नवीन मोहोरेच्या चलनात अडथळे आणीत आहेत.
५. जगत सेठ याने अधिकाऱ्यांना असे सूचित केले होते की सिक्का रूपयांवर ज्याप्रमाणे काही बट्टा आकारण्यात येतो, तसा या मोहोरेवर आकारण्यास परवानगी द्यावी. पण ती नाकारण्यात आली.

वरील कारणांमुळे जरी क्लाइव्हची योजना अपयशी ठरली असली तरी

१७६६ची क्लाइव्हची 'द्विधातुक योजना' हा इंग्रजांचा चलनसुधारणेचा पहिला - वहिला प्रयत्न होता. अर्थशास्त्राच्या नियमांबाबतचे अज्ञान आणि अननुभवीपणा ही या योजनेच्या अपयशाची कारणे होती. यातून क्लाइव्हचे उत्तराधिकारी धडा शिकले.

कसेही असले तरी सदर योजनेच्याद्वारे इंग्रजांनी चलनसुधारणेचे प्रयत्न केलेले दिसतात. १९ व्या शतकातील इंग्रज प्रशासकांकडे अशा स्वरूपाच्या प्रयोगांची माहिती होती. अशा माहितीच्या आधारे इंग्रजांची मौद्रिक नीती विकसित होताना दिसते.

अशा प्रयोगात सुवर्ण चलन कितपत चलनात टिकू शकते याबाबत इंग्रजांना जाणीव होताना दिसते. सुवर्ण का रौप्य चलन हा वाद १९ व्या शतकातील मुख्य आर्थिक धोरणाचा वाद म्हणून येताना दिसतो.

क्लाइव्हचा विचाराइतका मोठा नसेल, परंतु चलनाविषयी 'एकाच प्रकारचे चलन' सर्वत्र लागू करावे असा विचार चॅपलिन्नेही मांडला होता. हे मांडण्याचे मुख्य कारण म्हणजे चलनातील वैविध्य हे होते. विविध राज्यांची, टांकसाळींची, कसांची नाणी, त्यांचा सातत्याने बदलणारा विनिमयदर (बट्टा), हिणकस, खोटी नाणी यांमुळे सुरुवातीचे प्रशासक त्रासले होते, हे आपण पाहिले.

या ठिकाणी एक गोष्ट लक्षात ठेवणे आवश्यक आहे. ती म्हणजे १८३५-पर्यंत मुंबई, मद्रास, बंगाल या इलाख्यांची नाणकव्यवस्था जरी स्वतंत्र असली तरी धोरणात्मक पातळीवर तीनही इलाखे एकमेकांच्या संपर्कात दिसतात. त्यांचा परस्परांवर प्रभावही दिसतो. इंग्रजांनी १७१७ साली मुंबई, १७४२ साली मद्रास आणि १७५७ साली कलकत्ता येथे स्वत:च्या टांकसाळीतून नाणी काढण्याची परवानगी मुघल बादशहाकडून मिळवली.[५५] त्यामुळे १८ व्या शतकाच्या उत्तरार्धात व १९व्या शतकाच्या पूर्वार्धात बंगालमध्ये 'सिक्का रुपया', मुंबईचा 'सुरती रुपया' आणि मद्रासचा 'अर्काट रुपया' असे तीन रुपये प्रचलित होते. ईस्ट इंडिया कंपनीने धातूचे ठराविक प्रमाण व कंपनीची चिन्हे असणारी सोने व चांदीची नाणी चलनात आणली होती. पण बाजारात या दोन्ही धातूंच्या किंमतीत चढ उतार होऊन फरक पडू लागल्याने या दोन्ही धातूतील नाण्यांचे प्रमाण कायम ठेवणे कंपनीस अशक्य झाले. तेव्हा कंपनीच्या संचालक मंडळाने एकधातुक पद्धती (Monometallic System) स्वीकारण्याचे ठरवून फक्त चांदीचीच नाणी चलनात ठेवण्याचा निर्धार केला.

अर्काट टांकसाळीचा रुपया

एकधातुक पद्धतीच्या दिशेने प्रयत्न :

१८१८ साली मद्रास इलाख्यात १८० ग्रेन्सचा चांदीचा रुपया सुरू केला व मूळचे सोन्याचे 'पागोडा'[५६] हे नाणे बंद केले. तशाच प्रकारे १८० ग्रेन्सचा रुपया सुरू केला. त्यात १६५ ग्रेन शुद्ध चांदी + १५ ग्रेन इतर धातू हे प्रमाण असे.

१८०६ साली संचालक मंडळाने भारतातील इंग्रज राज्यासाठी एकधातुक पद्धती तत्त्वत: स्वीकारली.[५७] विशेष म्हणजे अंतर्गत मूल्य (Intrinsic Value) आणि दर्शनी मूल्य (face Value) सारखी ठेवण्यात आली. यातील महत्त्वाची गोष्ट अशी की, प्राचीन वा मध्ययुगीन भारतीय नाण्यांच्या इतिहासात नाण्यावर त्याची किंमत दाखवलेली अद्याप तरी ज्ञात नाही. नाण्याचे परिमाण वा विशिष्ट नाव मोगल काळात दिसते;[५८] पण किंमत (उदा. सध्याच्या नाण्यावर ज्याप्रमाणे अंक व अक्षरात १,२,५ रुपये असे नमूद असते) अंकित करण्याची पद्धती भारतीय नाणे इतिहासात प्रथम ब्रिटिशांनी सुरू केली. त्याचे विवेचन पुढे येईलच. यानुसार प्रथम विविध इलाख्यांत चांदीच्या रुपयाच्या प्रचलनाचा अंदाज घेण्यात आला. यातून पुढे १८३५ चा नाणकविषयक कायदा करण्यात आला.

कस, नाणकवैविध्य इ.प्रश्न सोडवण्याबरोबर भेसळयुक्त नाणी टांकसाळीत आणून वितळवून त्यांचे पुनर्नाणकीकरण (Recoining) करण्याचे प्रयत्नही करण्यात आले. परंतु त्यात बऱ्याच प्रमाणात तोटा येऊ लागला. अशा परिस्थितीत सर फिलिप फ्रान्सिस यांच्यासारख्यांचे प्रयत्न मोलाचे ठरले. त्यांनी एकदम सर्वत्र चांदीचा रुपया 'कायदेशीर' ठरवून चांदीची एकधातुक पद्धती (Silver Monometalism) लागू करण्यात मोठी मदत केली.[५९]

१८२४ साली मद्रास रुपया मुंबई इलाख्यातही स्वीकारला गेला कारण तो प्रमाणित होता. १८१२ पासूनचे सर जेम्स प्रिन्सेप यांचे प्रयत्न, १८३३ चा नाणकविषयक ठराव आणि १८३५ चा कायदा यास कारणीभूत ठरले.[६०]

१८३५ चा एकच्छत्री चलनाचा कायदा :

द्विधातुक चलनाच्या प्रयोगापासून ते एकधातुक चलनाच्या निर्णयापर्यंत ब्रिटिश आले. तत्त्वत: जो विचार १८०६ पासून चालू होता, त्यास १८३३ च्या सनदी कायद्याने (Charter Act) एका ठरावाचे (Regulation) रूप आणले.

१८३३ च्या कायद्याने भारतात सत्तेचे केन्द्रीकरण घडून आले. त्यातून १८३५च्या 'एकच्छत्री चलनाचा कायदा' करण्यात आला. त्याला '१८३५ चा १७ वा कायदा (Act XVII of 1835)' असेही म्हणतात.[६१] या कायद्यानुसार मद्रासमधील कंपनीचा चांदीचा रुपया हा ब्रिटिश हिंदुस्थानातील कायदेशीर चलन म्हणून स्वीकारण्यात आल्याचे जाहीर करण्यात आले.[६२] चांदीचा रुपया हेच प्रमाणित चलन मानण्यात आले. सोन्याची नाणी तसेच मोहोरा रद्द करण्यात आल्या; पण लोकांना अशा मोहोरांची गरज भासल्यास त्यांची निर्मिती करण्याची परवानगी कंपनीस दिली गेली. या रुपयांचे अंतर्गत आणि दर्शनी मूल्य एकच ठेवण्यात आले होते, म्हणजेच रुपयाची कायदेशीर किंमत आणि त्यामध्ये असलेल्या चांदीची किंमत या दोन्ही किंमती समान ठेवण्याची जबाबदारी ब्रिटिश कंपनी सरकारने स्वीकारली होती. यालाच रौप्यमान पद्धती (Silver Standard) असेही म्हणतात.[६३]

या प्रकारे १८३५ साली रुपया हेच फक्त कायदेशीर फेडीचे नाणे आहे, असे कंपनीने जाहीर केले व सोन्याचे नाणे बाजारभावाप्रमाणे खजिन्यात घेतले जाईल असे आश्वासन दिले.[६४] विशेष म्हणजे १८१६ च्या सुमारास इंग्लडने सुवर्णांक चलनाचा स्वीकार केला; पण भारतात मात्र त्याचा परिणाम दिसत नाही.[६५]

१८३५ च्या या नाणकविषयक कायद्याने भारतीय नाणक इतिहासात प्रथमच आधुनिकतेच्या दिशेने उत्क्रांत होणारे राष्ट्रीय चलन लाभले.

एकच्छत्री चलनाच्या कायद्याचा परिणाम :

चलनविषयक सुधारणा, ठराव, कायदे अंमलात येऊन मौद्रिक विश्वात त्यांचे परिणाम दिसण्यास बराच काळ जावा लागतो. या कायद्याचा मुख्य परिणाम असा झाला की, जुनी वस्तुविनिमय पद्धती बऱ्याच प्रमाणात कमी झाली आणि मुख्य प्रवाह रोखीचा बनला.[६६] कंपनी महसूल रोखीत मागत होतीच, त्याशिवाय कंपनीच्या सेवकांचे वेतनही नवीन रुपयात अदा केले जाऊ लागले.

अहमदनगर परिसरात नवीन नाण्यांच्या आगमनानंतर लवकरच जुनी नाणी जवळपास दिसेनाशी झाली आहेत, असे १८८४ सालचे गॅझेटिअरमध्ये नमूद आहे.[६७] जंजिरा व कोकण परिसरात शाही चलन (Imperial Currency) हे जुन्या चलनाची

जागा घेत आहे आणि जुने चलन आता वितळवले जाऊ लागले आहे, असा उल्लेख आहे.[६८]

तात्पर्याने १८३५ च्या कायद्याने सुरू झालेले एकच्छत्री एकधातुक चलन आर्थिक व्यवहारात हळूहळू स्थिरावले. ही पद्धती आधुनिकतेकडे प्रवास करणारी चलनपद्धती असली तरीही स्थानिक चलन, सराफी बट्टा याची सवय जडलेल्या एत्तदेशीयांना सुरुवातीस या पद्धतीचा त्रास झाला, परंतु कालांतराने ते यास सरावले.

महाराष्ट्रात तांब्याची नवीन नाणी :

भारतातील ब्रिटिश चलनाचा जर आढावा घेतला तर आपणास त्यातील सुधारणा आणि प्रयोग सहजपणे लक्षात येतात. सुरूवातीच्या काळात ब्रिटिशांनी चलनविषयक प्रयोग केले, त्यांतील काही फसले तर काही यशस्वी झाले. जसजसे ब्रिटिशांच्या भारतातील सत्तेचे एकीकरण वा जास्त अचूकपणे केन्द्रीकरण होत गेले, तसतसे प्रशासनाच्या विविध विभागांचेही केन्द्रीकरण केले गेले. चलनव्यवस्था यास अपवाद नाही. किंबहुना चलनाबाबतच्या सुधारणा जर बारकाईने अभ्यासल्या तर किमान १९ व्या शतकाच्या पूर्वार्धात चलनाबाबत उत्क्रांतीची एक प्रक्रिया दिसते असे विधान करता येईल. तांब्याच्या नवीन नाण्यांच्या बाबत तर हे विधान जास्त सयुक्तिक ठरेल.

१७९१ ते १७९४ या दरम्यानची तांब्याची नाणी ही इंग्लंडमधील टांकसाळीत पाडून मुंबई इलाख्यासाठी आणली गेली. ही नाणी दुबार पैसा (Double), १ $^{१}/_{२}$ पैसा, १ पैसा, $^{१}/_{२}$ पैसा या परिमाणाची (Denomination) होती. १८०२ साली '४' पैसा हे नाणे पाडण्यास सुरुवात झाली व ही व्यवस्था १८२९ सालापर्यंत टिकली. १८३० या साली मुंबई टांकसाळीत आवटी खनन (Die Engraving) करून तेथेच नाणी पाडण्यास सुरुवात झाली. $^{१}/_{२}$आणा, $^{१}/_{४}$आणा आणि पै अशा भागमूल्यांकांची ही नाणी म्हणजे नंतरच्या काळातील सुधारित ब्रिटिश चलनाची अग्रदूत मानली पाहिजेत. १८३३ ते ४४ जी नाणी पाडली गेली त्याच्या आवटी कलकत्ता येथे कोरण्यात आल्या होत्या.[६९] ही नाणीसुद्धा $^{१}/_{२}$आणा, $^{१}/_{४}$आणा आणि पै अशा भागमूल्यांकाची होती. वर उल्लेखलेल्या सर्व नाण्यांचे अवलोकन करता, जरी ती इंग्लंड, मुंबई अशा ठिकाणी पाडलेली असली तरीही त्यांच्यामधील साम्य विलक्षण आहे आणि यातच त्यांच्या उत्क्रांतीचे मर्म दडलेले आहे.

१८३३ साली जी तांब्याची नाणी पाडली त्यांच्यावर एका बाजूस झेंडा

हाती घेतलेले दोन सिंह इतर नक्षीकाम आणि तळाशी १८३३ असे इंग्रजी आकडे दिसतात. याला इंग्रजीत 'कोट ऑफ आर्म्स' म्हणतात. दुसऱ्या बाजूस तराजू त्याच्या वरील अर्धवर्तुळाकृती बाजूवर QUARTER ANNA, तर तराजूच्या दोन पारड्यांच्या दरम्यान आदल (म्हणजे न्याय) असा पर्शियन मजकूर व त्याखाली (1299) असे हिजरी अंक दिसतात.

१८३५ पासून पाडलेल्या वरील प्रकारच्याच (१/४ आणा) तांब्याच्या नवीन नाण्यांवर व इतर नक्षीकामाची बाजू वरीलप्रमाणेच आहे, मात्र दुसऱ्या बाजूवर गोलनक्षीमध्ये ONE /QUARTER / ANNA असा रोमन लेख तर त्याच्यावर 'यक पाई' असा पर्शियन लेख दिसतो.

ही नाणी फार मोठ्या प्रमाणात पाडून त्यांचा पद्धतशीरपणे चलनात समावेश करण्यासाठी ब्रिटिशांनी मोठ्या प्रमाणात प्रयत्न केल्याचे मुंबई पुरालेखागारातील अप्रकाशित कागदपत्रांवरुन स्पष्टपणे दिसते.[७०]

ही कागदपत्रे वर्षाप्रमाणे बांधणी करून टांकसाळ (Mint) म्हणून जतन करून ठेवलेली आहेत. १८३०-३७ या वर्षांची बांधणी केलेली पुस्तके पाहता त्यातील १८३६ सालच्या कागदपत्रांत तांब्याची नवीन नाणी (Coins Copper New) याविषयी असल्याचे आढळले. त्यांचा विशेष संदर्भ पुस्तकासाठी घेतलेला आहे.

पुणे आणि धारवाड प्रांतांत तांब्याची नवीन नाणी चलनात आणल्यानंतर लगेचच सदर प्रयोग खानदेशात करण्याचे ब्रिटिशांनी ठरवले. त्या संदर्भातील जो अप्रकाशित पत्रव्यवहार अभ्यासला त्यातून ब्रिटिशांची चलनविषयक धोरणे तर समजतातच, पण त्यासोबत प्रशासकीय रचनाही समजते. किंबहुना १८३६ साली म्हणजे १९व्या शतकाच्या पूर्वार्धात ब्रिटिशांची प्रशासनयंत्रणा औपचारिक आणि आधुनिक वाटावी अशी दिसते.

खानदेशात तांब्याची नवीन नाणी :

टांकसाळ समितीचा सचिव हेन्री हा एन्.एम्. मॅथ्यू, शासनाचे मुख्य सचिव यांना पत्राद्वारे कळवतो की, तांब्याची नवीन नाणी भरपूर उपलब्ध आहेत. ती खानदेशात नव्याने चलनात आणण्यास पाठवावी. अशी नवीन नाणी आधी पुणे, धारवाड याठिकाणी चलनात आणली गेलेली आहेत. सदर माहिती आपण गव्हर्नर-इन-कॉन्सिल् यांना कळवावी असेही हेन्री या पत्रात म्हणतो.

या संदर्भात खानदेशाच्या कलेक्टरच्या पत्राचाही संदर्भ आहे, त्यानुसार

आणा, अशी २५,००० ते ५०,००० रुपये किंमतीची नाणी जनरल ट्रेझरी (खजिना/कोषागार) यातून खानदेशला पाठवावीत असे म्हटले आहे. सदर पत्र दि. ४ जुलै १८३६ चे आहे. (परिशिष्ट क्र. २ पत्र क्र. १)

वरील पत्राच्या नंतर केवळ दहाच दिवसांचे अंतराने एक दुसरे पत्र दिसते. ते सचिवालयाच्या वित्तपुरवठा विभागातील टांकसाळ या उपविभागाचे आहे. वास्तविक पाहता सदर पत्र हा एक जाहीरनामा आहे. यानुसार दि. १ नोव्हेंबर १८३६ रोजी गव्हर्नर-इन-कॉन्सिल यांनी जाहीर केले की, दि. १ नोव्हेंबर १८३६ च्या जाहीरनाम्यानुसार तांब्याची नवीन नाणी ही संपूर्ण कलेक्टोरट आणि इतरत्र तांब्याचे कायदेशीर चलन म्हणून लागू करण्यात येत आहेत. या जाहीरनाम्यानुसार तांब्याची जुनी नाणी देऊन नवी नाणी लोकांनी घेऊन चलनात आणण्याची सोय केलेली आढळते. त्या संदर्भात लोकांच्या सोयीसाठी खानदेशच्या कलेक्टरला विविध तालुक्यात केन्द्रे नेमण्याचा विशेष अधिकार दिला गेला. या जाहीरनाम्यातील उल्लेखानुसार नवीन १/२ आणा, १/४ आणा ही नाणी 'दि. ३१ जानेवारी १८३६(७)? पर्यंत जुन्याच्या बदल्यात मिळतील. या आणलेल्या जुन्या नाण्यांना कलेक्टरने बाजारभावाप्रमाणे चांगली किंमत ठरवावी', असे म्हटले आहे. तसेच सदर जाहीरनाम्यात, तालुक्याच्या ट्रेझरीत बदलण्यास आणलेल्या जुन्या नाण्यांना रुपये ५० ही चांगली किंमत होय व मोठ्या नगराच्या १० मैलांच्या परिसरातून जर गावकऱ्यांनी नाणी बदलण्यास आणली तर २० रुपयांहून जास्त किंमत देण्याचा अधिकारही कलेक्टरला देण्यात आलेला होता, असा उल्लेख आहे. (पहा. परिशिष्ट क्र.२, पत्र क्र.२,)

या जाहीरनाम्याला जोडूनच एक पत्र खानदेशच्या कलेक्टरला पाठवलेले दिसते. या पत्रातील मजकूर महत्त्वपूर्ण आहे. 'गव्हर्नर इन कॉन्सिल यांनी तांब्याचे नवीन चलन खानदेशामधील जिल्ह्यांमध्ये करण्याविषयी ठराव केल्याचा उल्लेख आहे. नवीन नाणी चलनात आणावीत. सदर जाहीरनामा हा शासकीय दर्शनिकेत (गव्हर्नमेंट गॅझेट) प्रकाशित केला जाईल. शासकीय छापखान्याच्या अधिकाऱ्यास खानदेश परिसरात या जाहीरनाम्याच्या ३,००० प्रती वाटण्यास सांगितल्या आहेत', असा मजकूर आहे. या पत्रात , 'जुन्या नाण्यांच्या अदलाबदलीचा दर तुम्ही आम्हाला कळवा आणि नवी किंमत वितरित करण्याचे केन्द्र ठरवा. नवी नाणी भरपूर प्रमाणात असली म्हणजे रहिवाशांना जुन्या किंमतीपासून कोणत्याही अडचणींशिवाय संपूर्ण मुक्तता मिळावी. या जाहीरनाम्यातील गोष्टी ठराविक काळात व्हाव्यात, काळाच्या

संदर्भात काही प्रमाणात बदल चालतील. अशा आशयाचा मजकूर आहे. याही पत्राचा दिनांक १४ जुलै १८३६ असा आहे. (पाहा: परिशिष्ट क्र.२ पत्र क्र.३)

प्रशासकीय यंत्रणेवर प्रकाश टाकणारी ही कागदपत्रे होत. प्रथम एखाद्या सुधारणेविषयी ठराव करून जाहीरनामा जारी केला जात असे. नंतर त्या योजनेनुसार कलेक्टरच्या गरजेनुसार, ट्रेझरी विभागातून नाण्यांचा पुरवठा होत असे. नवीन नाणी लागू करताना जुनी नाणी खरेदी करून चलनातून बाद करण्याचा प्रयत्न केला जाई. ही सर्व प्रकिया आधुनिक धाटणीची जाणवते.

दि. १४ जुलै १८३६ चे पत्र मुलकी हिशोबनिसास उद्देशून आहे. त्यातील उल्लेखानुसार खानदेश कलेक्टोरेटमध्ये तांब्याचे नवीन चलन लागू करण्याचा ठराव झाल्याचे म्हटले आहे. उप-खजिनदारांना, ठरलेल्या संख्येची तांब्याची नवीन नाणी, जिल्ह्याच्या कलेक्टर्सना पाठवण्याचा अधिकार दिल्याचाही उल्लेख केलेला आहे. (पाहा: परिशिष्ट क्र.२ पत्र क्र.४)

वरील पत्रातील उल्लेखानुसार, प्रभारी, उपखजिनदार यांना उद्‌देशून लिहिलेल्या पत्रात १ सप्टेंबर १८३६ पासून खानदेशासाठी तांब्याची नवीन नाणी ही वैधानिक चलन (कायदेशीर चलन) ठरवण्यात आल्याचे म्हटले आहे. सदर नाणी लवकरात लवकर खानदेशात पाठवावीत असाही उल्लेख आहे. (पाहा: परिशिष्ट क्र.२ पत्र क्र.५)

या योजनेत प्रत्यक्ष कलेक्टरची भूमिका खूपच महत्त्वाची होती. खानदेशाचे प्रसिद्ध कलेक्टर जॉन ब्रिग्ज हे शासनाचे प्रधान सचिव एच्. वॉल्टर यांना पाठवलेल्या पत्रात म्हणतात की, खानदेशातील तांब्याचे एकमेव नाणे म्हणजे 'दुल्लभशाई नाणे' होय. याशिवाय काही शिवराई पैसेही चलनात आहेत. सदर पत्रात ब्रिग्ज तांब्याचे जुने चलन खरेदी करण्याची योजना मांडताना दिसतो. तो म्हटतो, की, 'मी एका रुपयास ४० दुल्लभशाई किंवा ढब्बू घेण्याचे ठरवले आहे. अहमदनगरच्या कलेक्टरने एक रुपयास ८० शिवराई नाणी घेतली. शिवराई हे नाणे ढब्बूच्या अर्धे किंमतीचे आहे, म्हणून मी रुपयास ४० असा दर ठरवला आहे. अहमदनगरमध्ये हा प्रयोग यशस्वी ठरला आणि हा प्रयोग खानदेशात करण्याबाबत मी ठाम आहे. या प्रकल्पासाठी मला २०,००० रुपये पाठवावेत, असेही तो म्हणतो. या पत्राचा दिनांक २६ जुलै १८३६ असा आहे. (पाहा: परिशिष्ट क्र.२ पत्र क्र.६)

या अप्रकाशित पत्रांवरून ब्रिटिशांनी तांब्याची जुनी नाणी कशा प्रकारे चलनाबाहेर काढण्याचा प्रयत्न केला, नवीन नाणी चलनात आणण्याची कशी धडपड

केली, त्यासाठी असणारी एक शिस्तबद्ध प्रशासनयंत्रणा व तत्संबधी आधुनिक पद्धती कशी प्रस्थापित केली इत्यादी बाबी लक्षात येतात. ब्रिटिश आपल्या राज्यास कायद्याचे राज्य का संबोधीत, याचीही जाणीव या सर्व पत्रव्यवहारावरून येऊ शकते.

छापील जाहीरनामे, शासकीय दर्शनिका, प्रशासनाची आणि प्रशासकीय कार्यपद्धतीची एक कायदेशीर चौकट या आधुनिक गोष्टी १८३६ सालात दिसतात, की ज्या काळात महाराष्ट्रात पहिला दवाखाना स्थापन होत होता.[७१]

एक अभिनव प्रस्ताव :

सर्वसाधारणपणे असे गृहीत धरले जाते की सामान्य माणसाला वा रयतेला नाणी – चलन याबाबतच्या धोरणांबाबत फारशी जिज्ञासा नसते; किंबहुना याबाबत ती बरीचशी अज्ञानी असते. परंतु मुंबई पुराभिलेखागारच्या टांकसाळ या विभागात १८३६ सालच्या पुस्तकात एक वेगळे पत्र सापडले.

विशेष म्हणजे हे पत्र सर आर. ग्रँट (गव्हर्नर ॲण्ड प्रेसिडेंट इन कॉन्सिल) यांना उद्‌देशून आहे. या पत्राद्वारे एक अभिनव प्रस्ताव पाठवणारी व्यक्ती ही, निवृत्तिवेतनावर जगणारी (Pensioner) पुण्याची रहिवासी आहे. या व्यक्तीचे नाव दादोबा हरचंदजी प्रभू आहे. १८३६ साली ही व्यक्ती सेवानिवृत्त आहे हे विशेष, कारण इंग्रजी राज्य सुरू होऊन जेमतेम अठरा वर्षे झाली असता, 'सेवा' करण्यास मिळून निवृत्त होऊन, निवृत्तीवेतन घेत आहे.

पुणे शहर आणि परिसरात तांब्याच्या जुन्या नाण्यांची मोठी अडचण इंग्रज सरकारला येत होती, असे सदर पत्रावरून समजते. "जुनी नाणी चलनातून काढणे आणि नवीन नाणी बाजारात चलनात आणणे" यासाठी सदर दादोबा हरचंदजी प्रभू यांनी एक अभिनव योजना मांडली. जुन्या नाण्यांची किंमत, ही नवीन नाण्यांना चलनात आणतानाची मोठी त्रुटी आहे, असे दादोबा म्हणतात. त्यांना (दादोबांना) कंत्राटदार नेमावे अशी योजना ते सरकारपुढे मांडतात. जुनी नाणी खरेदी करून ती सरकारी तिजोरीत भरण्याची जबाबदारीही ते पत्करतात. ही योजना तीन वर्षांसाठी होती. त्यानुसार असे ठरले की, जुनी नाणी आणणे, नवे चलन बाजारात विकणे ही कामे पुण्याच्या कलेक्टरमार्फत केली जातील. रुपये सहा हजार किंमतीपर्यंतचे चांदी आणि तांब्याचे नवीन चलन, त्यास आगाऊ स्वरूपात एक वर्षासाठी द्यावे, त्याच्या बदल्यात तांब्याची जुनी नाणी, चांदीची नाणी, तितक्याच किंमतीची एक वर्षाच्या आत पुण्याच्या कलेक्टरमार्फत सरकारी तिजोरीत भरली जातील. या योजनेचा खर्च व मेहनताना म्हणून दादोबा हरचंदजी प्रभू यांस, ते भरत असणाऱ्या एकूण रकमेच्या

दोन टक्के रक्कम मिळावी. या पत्राची तारीख दि. १८ जून १८३६ आहे.

या प्रस्तावावर मुंबईतील गव्हर्नर यांनी दि. २२ जून १८३६ रोजी पुण्याच्या जिल्हाधिकाऱ्याचे (कलेक्टरचे) मत मागवले. त्यावरील दि. १ जुलै १८३६च्या उत्तरात पुण्याचा जिल्हाधिकारी (कलेक्टर) मायकेल हा लिहितो की,

"सदर योजना महत्त्वाची असेलही, परंतु ही योजना राबवणे म्हणजे लोकांच्या पैशाचा अपव्यय ठरेल. कारण, बाहेरच्या प्रदेशातून, सातत्याने तांब्याच्या जुन्या नाण्यांचा पुरवठा होत आहे. पटवर्धन घराण्याच्या मालकीच्या कुरकुंभ या ठिकाणी अद्यापि जुनी नाणी पाडणे सुरू आहे. ब्रिटिशांची तांब्याची नवीन नाणी पुण्यात भरपूर संख्येने उपलब्ध आहेत. ती आपोआपच चलनात येतील व बाजारात स्थान मिळवतील. वरील योजना जरी उपर्युक्त सेवानिवृत्त व्यक्तीच्या उदरनिर्वाहास कारणीभूत ठरणार असली तरीही, सदर व्यक्ती जुनी खरेदी करून चलनाबाहेर काढण्यास विशेष उत्सुक असेल असे वाटत नाही."

(वरील पत्रांसाठी पहाः परिशिष्ट क्र.२ पत्र क्र.७)

ही योजना प्रत्यक्षात कार्यान्वित झाली नाही. पण एक सेवानिवृत्त नागरिक, व्यवसाय म्हणून का असेना, सरकारच्या चलनविषयक योजनेत प्रस्ताव सुचवितो ही विलक्षण गोष्ट आहे. तत्कालीन चलनविषयक समस्या, ब्रिटिश प्रशासकीय चौकट याबाबत दादोबा हरचंदजी प्रभू यांना उत्तम जाणीव दिसते आणि त्यावर ते तोडगा सुचवू इच्छितात. आपण जर पत्रांचा क्रम पाहिला तर हीच योजना खानदेशात १४ जुलै, १८३६च्या पत्रव्यवहारानुसार पुढील काळात राबविली आहे. पण या प्रक्रियेत खासगी कंत्राटदाराऐवजी जिल्हाधिकाऱ्यांमार्फत योजना राबवलेली दिसते.

तांब्याच्या नवीन ब्रिटिश चलनासमोर 'शिवराई' चे आव्हान :

मध्ययुगीन महाराष्ट्राच्या चलनाच्या इतिहासातील महत्त्वपूर्ण नाणी म्हणजे 'शिवराई' या नावाने संबोधले जाणारे नाणे व त्याचे निवडक भागमूल्यांक, ही होत. विजयनगरच्या नाण्यांना ज्याप्रमाणे राजनामावरून ओळखले जात असे, त्या धर्तीवर सर्वप्रथम छत्रपती शिवाजीमहाराजांनी पाडलेल्या नाण्यांना 'शिवराई' म्हणू लागले. शिवराई हा नाणेप्रकार केवळ छत्रपती शिवाजीमहाराजांच्या कारकिर्दीपुरता मर्यादित न राहता, १८व्या व १९व्या शतकांतही तितकाच महत्त्वाचा नाणेप्रकार म्हणून चलनात टिकून राहिला. 'मंडळातील नाणी' या ग.ह. खरे लिखित पुस्तकाच्या प्रस्तावनेत द.वा. पोतदार म्हणतात, "शिवाजीचाच (शिवाजीचीच) शिवराई

परवा परवापर्यंत पुण्याच्या मंडईत आम्ही वापरीत होतो.''[७२] ही प्रस्तावना १९३३ साली लिहिलेली आहे, हे येथे लक्षात घेतले पाहिजे. शिवाजीमहाराजांनी सुरू केलेला हा नाणेप्रकार संभाजी महाराज, राजाराममहाराज, ताराबाई, शाहू तसेच पेशव्यांच्याच नाही, तर ब्रिटिश कालखंडातसुद्धा चलनात होता, म्हणजेच वरील सर्व कालखंडात 'शिवराई' प्रकारची नाणी पाडली गेली. १८८५ साली तत्कालीन सरकारच्या आज्ञेवरून ठिकठिकाणच्या मामलेदारांनी लोकांकडे असलेली ही शिवराई नाणी गोळा करून सरकारी तिजोरीत भरण्यास सुरुवात केली होती. कारण ती रद्द करण्याचा सरकारचा इरादा होता.[७३] ही नाणी वापरातून गेली तर त्यांच्याबरोबर शिवरायांचे एक स्मारक नष्ट होईल या भीतीने या नाण्यांचा वापर पुनश्च सुरू करण्याची तजवीज करण्याची लोकमान्यांनी व इतर पुणेकरांनी खटपट करावी अशी पत्राद्वारे विनंती गोविंद बाबाजी जोशी–वसईकर यांनी केली.[७४]

वरील उल्लेखांवरुन 'शिवराई' हा नाणेप्रकार किमान विसाव्या शतकाच्या आरंभापर्यंत चलनात व स्मरणात होता, हे स्पष्ट आहे. १९व्या शतकातील कागदपत्रे व इतर संदर्भांवरून असे लक्षात येते की, १७व्या शतकाच्या उत्तरार्धापासून ही नाणी जनमानसात घर करून बसली होती. 'शिवराई' या प्रकारच्या नाण्याचे किमान १५० प्रकार उपलब्ध आहेत.[७५] १८९०च्या सुमारास जवळपास २५,००० शिवराई नाणी जमवून त्यांचा अभ्यास करणारे रेव्ह. अॅबट लिहितात की, ही नाणी अद्यापि चलनात आहेत.[७६]

ब्रिटिशांनी या शिवराई नाण्यांचे चलनातून उच्चाटन करण्याचा प्रयत्न किमान १८३५ सालापासून केला होता, असे अप्रकाशित कागदपत्रांवरून समजते. खानदेशचा कलेक्टर जॉन ब्रिग्ज आपल्या दि. २६ जुलै १८३६च्या पत्रात लिहितो की, खानदेशात शिवराई पैसे चलनात आहेत. (पहा: परिशिष्ट क्र.२ पत्र क्र.६) त्याच पत्रात तो असाही उल्लेख करतो की, अहमदनगरच्या कलेक्टरने ही जुनी तांब्याची शिवराई नाणी एक रुपयांस ऐंशी याप्रमाणे खरेदी केली.

मुंबई पुराभिलेखागारातील 'टांकसाळ' या शीर्षकाखाली ज्या फाईल्स पुस्तकरूपाने जतन करून ठेवल्या आहेत, त्यांतील १८३६ सालचे ६२ क्रमांकाचे अप्रकाशित पत्र मननीय आहे. पुण्याचा प्रभारी जिल्हाधिकारी, मुंबईच्या ई.एच. टाऊनसेंड (प्रभारी सचिव) यांना लिहिलेल्या पत्रात लिहितो की, ''तांब्याची नवीन नाणी चलनात आणण्याचा शासनाचा प्रयोग सर्व बाजूंनी फसला आहे.'' या सहा–पानी पत्रात त्याने या अपयशाची जी मुख्य कारणमीमांसा केलेली आहे ती म्हणजे,

'जुनी नाणी म्हणजेच शिवराई किंवा मराठा नाणी ही अंतर्भूत मूल्याच्या दृष्टीने सरस आहेत व लोकांमध्ये, अंगभूत गुणांमुळे प्रसिद्ध आहेत. ब्रिटिशांचे नवीन तांब्याचे चलन या नाण्यांशी स्पर्धा करू शकत नाही. ब्रिटिशांचे चलन व शिवराई चलन काही काळासाठी एकाच मूल्याच्या स्तरावर आणून, तांब्याची जुनी नाणी (शिवराई) याच्या सराफी व्यवहारांवर कायद्याने नियंत्रण आणावे. ही जुनी नाणी वितळवली गेल्याने दुर्मिळ होतील व त्यांची जागा नवीन ब्रिटिश चलन घेईल. मात्र यासाठी सक्ती करणे आवश्यक आहे. ही सक्ती करताना सराफांना मात्र बट्टा घेण्याची सवलत दिली पाहीजे.'' (पहा: परिशिष्ट क्र.२ पत्र क्र.८) १८८२ सालच्या ठाणे जिल्ह्याच्या गॅझेटिअरमध्ये 'सातारा शिवराई किंवा छत्रपती किंवा ढब' ही नाणी रुपयास ७४ ते ८० असल्याचा उल्लेख आहे. १८३० पूर्वी ही नाणी चलनात होती, असे म्हणून पुढे ही नाणी खरेदी करण्याची योजना फसल्याचा उल्लेख आहे. भाजी इत्यादी लहानसहान खरेदीत जुन्या नाण्यांचाच वरचष्मा असल्याचाही उल्लेख आहे. ठाण्याच्या कलेक्टरने जुन्या नाण्यांत रक्कम अदा करणे दंडनीय ठरवले. १८४३ साली नवीन नाणी स्वीकारण्याची सक्ती करण्यात आली. तरीही साष्टी आणि उरणचा काही भाग वगळता १८८१ सालीही ही तांब्याची जुनी नाणी प्रचलनात होती. वसईत तर ब्रिटिश नाण्यांना बाजूला सारून ही तांब्याची नाणी चलनात आहेत, असा उल्लेख आहे.[७७] ही नाणी बंद करू नयेत म्हणून गोविंद बाबाजी जोशी यांनी विशेष प्रयत्न केले होते, याचा संदर्भ यापूर्वी आलेलाच आहे.

अशा रीतीने तांब्याच्या नवीन ब्रिटिश नाण्यांना आव्हान देत शिवराई नाणे कमी-जास्त प्रमाणात १९व्या शतकातही चलनात टिकून राहिले.

पैशाची खरी किंमत

'नाणे' आणि त्याची 'किंमत' या दोन्ही स्वतंत्र गोष्टी आहेत. पूर्वी मध्यभागी भोक असणारे एक पैशाचे नाणे ब्रिटिश सरकारने सुरू केले. एका चतुर व्यक्तीच्या लक्षात आले की हा भोकपाडा पैसा स्टोव्ह वा तत्सम वस्तूत वायसर म्हणून वापरता येईल. प्रत्यक्षातला वायसर हा १ पैशापेक्षा महाग असल्याने लोक या भोकपाड्या पैशाचा वापर 'नाणे' म्हणून न करता वायसर म्हणून करू लागले. त्यामुळे सरकारला त्या पैशाची खरी किंमत कळली, आणि ते नाणे पाडणे बंद झाले.

भारतातील ब्रिटिश चलनाचा आरंभीचा इतिहास :

सप्टेंबर १६१२ मध्ये मि. कॅरीज (Mr. Kerridge) यांनी गुजरात प्रांतातील सुरत येथे, कंपनीच्या नवव्या सफरीद्वारे येऊन व्यापार सुरू केला. डिसेंबर १६१२

मध्ये नूर-उद्-दीन मुहम्मद जहाँगीर या मोगल बादशाहाकडून प्राप्त सनदेनुसार ब्रिटिशांनी लहानशी वखार स्थापन केली. १६१८ साली कंपनीस मोठी इमारत, शस्त्रे बाळगणे, स्वधर्मपालन इत्यादींबाबत परवानगी मिळाली. १६१६ साली कंपनीच्या पहिल्या अधिकाऱ्याला अध्यक्ष (President) अशी पदवी त्याच्या इतर सहकाऱ्यांनी दिली. यावरूनच पुढील काळात तीन इलाख्यांना 'Presidency' असे म्हणू लागले.

ब्रिटिशांनी स्पॅनिश रियालवर केलेले पुनर्मुद्रण

सुरुवातीच्या काळात कंपनीच्या नावाची नाणी पाडण्याचा अधिकार कंपनीच्या संचालकांना नव्हता. व्यापारासाठी, आवश्यक आर्थिक व्यवहारासाठी, कंपनीच्या वखारीत वापरण्यासाठी विशिष्ट ठसा असणारी नाणी इंग्लंडहून आयात करीत असत. युरोपीय व्यापारी कंपन्यांबरोबरच्या व्यवहारात ही नाणी प्रचलनात होती.[७९] याच्या पुढील टप्प्यात मुंबई आणि सेंट जॉर्ज (मद्रास, आधुनिक चेन्नई) येथे शाही परवानगीने स्वत:ची इंग्रजी लेखाची नाणी ही स्थानिक प्रचलनासाठी पाडली गेली. मात्र वखारींच्या बाहेरील प्रांतातील व्यवहारासाठी ब्रिटिशांना त्यांच्या वखारींच्या जवळच्या मोगल सुभेदारांच्या टांकसाळीत धातू पाठवावा लागत असे.

ब्रिटिशांच्या आरंभीच्या चलनाबाबत स्टॅन्ले लेन-पूल यांनी तीन कालखंडात मांडणी केली आहे [८०]

१. अटकावाचा कालखंड : या काळात सुरुवातीस एकतर मोगल सुभेदाराच्या टांकसाळीत धातू पाठवीत किंवा आसपासच्या प्रदेशातील नाण्यांच्या हुबेहूब बेकायदा प्रतिकृती भासणारी नाणी ब्रिटिश स्वत:च पाडीत असत.

२. सवलतींचा कालखंड : या काळात कंपनीस आपल्या तीन मुख्य वखारींत नाणी पाडण्याचा मर्यादित हक्क मिळाला.

उदा. (अ) मुंबई येथे १७१६ सालापासून हा हक्क मिळाला पण १७२५-पर्यंत कंपनीने नाणी पाडली नाहीत.

(ब) मद्रास प्रांतात 'अर्काट रुपया' प्रमाणे प्रतिकृती नाणी सुरुवातीस पाडत.

१७४२ साली फोर्ट सेंट जॉर्ज येथे नाणी पाडण्याची परवानगी मिळाली. पण १७५८-पर्यंत नाणी पाडली नाहीत.

(क) १७५८ पासून कलकत्ता येथे टांकसाळ स्थापून नाणी पाडण्यास सुरुवात केली गेली.

३. प्रशासनाचा कालखंड : बंगालमधील प्रशासकीय सत्ता मिळाल्या-पासून म्हणजे १७६५ मध्ये मोगल बादशाहाची नाणी पाडण्यापासून ते १८३५ सालच्या एकच्छत्री चलनाच्या पर्यंतचा काळ, हा 'प्रशासनाचा कालखंड' होय.

याही कालखंडाचे दोन विभाग पाडता येतात, मोगल बादशाहांच्या नावे प्रांतिक सुभेदारांनी

१) दुसरा आलमगीर, दुसरा शाहआलम या मोगल बादशहांच्या नावे प्रांतिक सुभेदारांनी (स्वतंत्र वा ब्रिटिश नियंत्रणाखाली) पाडलेली नाणी.

२) कंपनीची स्वत:च्या टांकसाळीत पाडलेली नाणी.

ईस्ट इंडिया कंपनीच्या राज्यविस्तारात पाटणा, डाक्का, मुर्शिदाबाद, बनारस, अर्काट, सागर, सुरत ही ठिकाणेही ताब्यात आली. त्या ठिकाणी इंग्रजांनी नाणी पाडण्यास सुरुवात केली. प्रत्येक टांकसाळीने दुसरा शाहाआलम बादशाह याच्या कारकिर्दीतील एक वर्ष स्वीकारले आणि नाणी पाडली. उदा. खालील कोष्टक-टांकसाळ व राज्यवर्ष.[८१]

१. अर्काट प्रकारची नाणी (मद्रास)	६
२. मुर्शिदाबाद	१९
३. फरुखाबाद	४५
४. सुरत प्रकारची नाणी (मुंबई)	४६
५. बनारस	४७

याशिवाय विशिष्ट टांकसाळीने विशिष्ट टांकसाळचिन्हही स्वीकारले. उदा. बनारस- 'मासा' व 'चार पाकळ्यांचे फूल', मद्रास- 'कमळ', कलकत्ता- 'गुलाब', मुंबई येथे पाडलेल्या सुरत प्रकारच्या नाण्यांवर- 'सूर्यफूल' अशी टांकसाळचिन्हे वापरलेली दिसतात.

ब्रिटिशांचा सुरत प्रकारचा रुपया

या ठिकाणी एक गोष्ट लक्षात घेणे आवश्यक आहे की, तीन इलाख्यांसाठी कंपनीने जी सोने, चांदी या धातूंची नाणी दुसरा आलमगीर, दुसरा शाहआलम यांचे नावे पाडली, त्यांच्यावर त्यांचे मूल्य अंकित केलेले नाही. आकार, वजन यावरून ते समजून येते. मोहर, रुपया यावरील पर्शियन लेख एकसारखाच आहे.[८२]

कंपनीच्या बंगाल, मुंबई, आणि मद्रास इलाख्यांच्या तांब्याच्या नाण्यांवर बहुतांशीकरून, कंपनीचा बेल-मार्क, किंवा कोट ऑफ आर्म्स, एक किंवा दोन स्थानिक भाषांसह पर्शियन लेख, अशा गोष्टी दिसतात. मुंबई इलाख्यातील नाण्यांमध्ये १७९१, १७९४ व १८०४ सालची नाणी आढळतात. सदर साल अंकित असणाऱ्या विविध भागमूल्यांकाच्या नाण्यांवर वरीलप्रमाणे अंकन दिसते.

साधारणत: १८ व्या शतकाच्या अखेरीपासून ते १८३२ पर्यंत (जेव्हा मुंबईच्या टांकसाळीची पुनर्रचना करण्यात आली) काही तांब्याची नाणी ही 'बाउल्टन् आणि वॅट सोहो' (Boulton and Watt Soho) या बर्मिंगहॅम येथील कंपनीच्याद्वारे पाडण्यात आली.[८३]

१८३५ पासून एकच्छत्री चलन (Uniform Currency) सुरू करण्यात आले. त्या अंतर्गत

१. विल्यम चौथा (१८३५-१८३७) याची नाणी १८३५ ते १८४० पर्यंत म्हणजे मृत्यूनंतर ३ वर्षांपर्यंत पाडण्यात आली.
२. १८४० पासून राणी व्हिक्टोरिया हिच्या नावे नाणी पाडण्यास सुरुवात झाली,[८४] ती १९०१ सालापर्यंत पाडली गेली.

वरील विवेचनावरून आरंभीच्या ब्रिटिश चलनाची रूपरेषा लक्षात येते. या रूपरेषेच्या प्रकाशात आपण मुंबई इलाख्यातील ब्रिटिश चलनाच्या प्रातिनिधिक भागमूल्यांकांचा विचार करू शकतो.

मुंबई प्रांतातील ब्रिटिश नाणी :

ब्रिटिशांना मुंबई परिसरात नाणी पाडण्याची अनुमती १७१६ पासून मिळाली; पण त्यांनी नाणी पाडण्यास १७२५ पासून सुरुवात केली, हे आपण मागे विचारात घेतले आहे.

मुंबई प्रांतातील ब्रिटिश नाण्यांची कालक्रमानुसार मांडणी कठीण आहे; कारण मुंबई बेटासाठीची नाणी, मोगल बादशाही टांकसाळीतील नाण्यांप्रमाणे परंतु ब्रिटिशांनी पाडलेली नाणी, मुंबई इलाख्यासाठीची नाणी, कोकण विभागासाठीची स्वतंत्र नाणी

असे अनेक प्रकार पाडता येतील. या सर्व प्रकारांचे सविस्तर वर्णन प्रिडमोअर यांनी आपल्या सदर विषयावरील मूलभूत ग्रंथात केले आहे.[८५]

अ. १) ब्रिटिशांचे वर्चस्व मुंबई येथे प्रस्थापित झाल्यावर केवळ मुंबई बेटाच्या ब्रिटिश नाण्यांचा विचार करता, मोगल पद्धतीच्या मोहरा, सोन्याचा रुपया, अर्धा रुपया व पाव रुपया ही नाणी पाडलेली दिसतात. ही नाणी १७६६ च्या सुमारास चलनात होती.

२) १६९२-९३ साली ब्रिटिशांनी रुपया व रुपयाची जी चांदीची नाणी पाडली, ती महत्त्वपूर्ण होत. या नाण्यांच्या दर्शनी बाजूवर:

'सिक्का झद दौरान किंग विलियम अन क्वीन मेरी' (राजा विल्यम व राणी मेरी यांच्या कारकिर्दीतील पाडलेली नाणी) व मागील बाजूवर:

'जुलूस ५ सिक्का अंग्रेज कंपनी झर्ब मुनबई' (इंग्रज कंपनीचे, ५ व्या राज्यवर्षातील नाणे, टांकसाळ मुंबई)

अशा स्वरूपाचा पर्शियन लिपीतील मजकूर दिसतो. यांचा कालखंड काढल्यास तो इ.स. १६९४ असा येतो.

३) १६७२ ते १७०३ या दरम्यान तांब्याची 'कॉपरून किंवा पैसा' प्रकारची नाणी ब्रिटिशांनी पाडली. यांच्यावर 'मॉनेटा/बॉम्बे/अँगलिक/रेजीम' असा इंग्रजी लेख येतो.[८६]

ब. १७७३ ते १७९१ पर्यंत तांब्याच्या नाण्यांमध्ये [८७] १) दोन पैसा, २) पैसा, ३) अर्धा पैसा, ४) पाव पैसा या भागमूल्यांकांची अनुक्रमे १०- २८, ५.०६, २.६३, १.२२ ग्रॅम्स वजनाची नाणी पाडली गेली. यांच्यावर पुढील बाजूस ब्रिटिशांचे 'बेलमार्क' हे चिन्ह, तर मागील बाजूवर राजमुकुट व बॉम्ब, (मुंबई या शब्दाचा इंग्रजी संक्षेप) व इ.स.चे साल अंकित दिसते.

क. १७९१ ते १८३० या दरम्यानच्या काळात, १) चार पैसा , २) दोन पैसा ३) १ पैसा ४) पैसा ५) पैसा ही तांब्याची नाणी पाडली गेली. त्यांच्यावर एका बाजूस कंपनीचा 'बेलमार्क' व साल येते, तर दुसऱ्या बाजूस तराजूचे चिन्ह व दोन पारड्यांच्या दरम्यान 'अदल्' (न्याय) असा पर्शियन शब्द दिसतो.

ड. १८३० ते १८३३ या दरम्यानच्या काळात जी तांब्याची नाणी पाडली त्यांनाच ब्रिटिशांची 'तांब्याची नवीन नाणी' असे म्हणतात.

ब्रिटिशांनी पाडलेले
अर्धा आण्याचे नाणे

यांच्यावर एका बाजूस, मध्यभागी कंपनीचे 'कोट ऑफ आर्म्स' हे चिन्ह, भोवती 'ईस्ट इंडिया कंपनी' असा इंग्रजी लेख व तळाशी इंग्रजी आकड्यात साल, असे दिसते.तर दुसऱ्या बाजूस नाण्याचे परिमाण (किंमत), तराजू, पर्शियन लिपीत 'अदल्' हा शब्द व खाली पर्शियन आकड्यात हिजरी वर्ष, अशा स्वरूपाचे अंकन आढळते.

अशा प्रकारची, १) आणा, २) आणा (क्वार्टर) ३) पै

या भागमूल्यांकांची नाणी ब्रिटिशांनी पाडली होती. यांची वजने अनुक्रमे १२.९५, ६.९७, २.१६ ग्रॅम्स (२००, १००, ३३.३ ग्रेन्स) अशी होती.[८८]

ब्रिटिश भारतासाठी एकच्छत्री चलन (१८३५ पासून) :

भारताच्या नाणकइतिहासातील एक ऐतिहासिक महत्त्वपूर्ण घटना म्हणजे १८३५ चा एकच्छत्री चलनाचा कायदा होय. याचे बरेचसे श्रेय जेम्स प्रिन्सेप (१७९९-१८४०) यांचेकडे जाते.[८९] ईस्ट इंडिया कंपनीच्या सर्व टांकसाळींनी एकाच प्रकारचा रुपया पाडावा असा विचार प्रिन्सेप यांनी मांडला. त्यांनी १८३३ साली जो नाणकविषयक प्रस्ताव मांडला त्याचेच रूपांतर १८३५ च्या कायद्यात झालेले दिसते. दि.१ सप्टेंबर १८३५ पासून चौथा विल्यम याचा रुपया आणि रुपयाचे भागमूल्यांक हे एकच्छत्री चलन जाहीर करण्यात आले.

एकच्छत्री चलन प्रकारच्या चांदीच्या रुपयावर १८३५ व १८४० असे सालाचे आकडे येतात. या तारखा इंग्रजांनी गोठवलेल्या तारखा (Frozen Dates) होत्या. रुपया अशी चांदीची, तर आणा अशी तांब्याची नाणी ब्रिटिशांनी पाडली. तांब्याच्या नाण्यांवर १८३५, १८५८ अशा गोठवलेल्या तारखा दिसतात.

अशा रीतीने भारतात यंत्रोत्पादित एकच्छत्री चलनाची सुरुवात झाली.[९०] पुढील काळात नाण्यांवरील शासकाकृती बदलत गेल्या. परंतु आजमितीस जे आधुनिक चलन आपण वापरतो, त्याचा उगम हा १८३५ च्या एकच्छत्री चलनात

दिसतो. मात्र १८३५ हा एक परिवर्तनबिंदू आहे. या परिवर्तनाची बीजे त्याहीपूर्वीच्या ब्रिटिश चलनात दिसतात, जेव्हा आपण १७७० सालच्या नाण्यावर त्याचे मूल्य अंकित केलेले पाहतो[११] किंवा १७९१ साली सुबक कलाकाम असणारी यंत्रोत्पादित तांब्याची नाणी पाहतो.[१२]

एकछत्री चलन : चौथ्या विल्यमचा १/२ रुपया

एकछत्री चलन : तांब्याच १/४ आणा

एकछत्री चलन : चौथ्या विल्यमचा १/४ रुपया

चलनाविषयी १९ व्या शतकातील प्रतिक्रिया:

जनसामान्य:

ब्रिटिश चलनाबाबत उपलब्ध इतिहाससाधनात जनसामान्यांच्या स्वतंत्र नोंदवलेल्या प्रतिक्रिया साधारणपणे उपलब्ध नाहीत, असे म्हणावे लागेल.

तरीही काही प्रत्यक्ष-अप्रत्यक्ष घटनांमधून सदर विषयाबाबत जनमत समजून येते. उदा. इंग्रजी अंमल सुरू झाल्यावर शेतकऱ्यास शेतसारा रोख पैशात सरकारला द्यावा लागण्यास सुरुवात झाली. त्यासाठी रोख कर्ज उभारणी व सावकाराचे व्याजही रोख पैशाच्या रूपात होते. चलनात व्यवहार सुरू करूनही चलनबाजारात भरपूर चलन नसल्याने, टंचाईमुळे व अशातच १८२४ च्या दुष्काळाने मोठ्या प्रमाणात स्थलांतरे झाली ही एकप्रकारे अबोल प्रतिक्रियाच होय.[१३]

रोख साऱ्याची सक्ती, सावकारधार्जिणे नवीन कायदे यांमुळे ठाणे जिल्ह्यात जवळपास सात हजार शेतकऱ्यांनी सावकारांना धार्जिण्या कायद्याविरुद्ध आंदोलन केलेले होते.[९४]

याशिवाय ब्रिटिश पत्रांमधूनही जनमत लक्षात येते. लोकगीतांमधूनसुद्धा अगदी चलनाचा नसला तरी संपत्तीच्या निःस्सरणाचा निषेध पुढील शब्दात केलेला सापडतो.

"अंग्रेजन के राज मा केवादा है गा रे।
नए नए कानून कायदा देश मा चला इस मा ।
सोना चांदी देश का लेके ।
विलइत मा पहुंचाइस गा ।"[९५]

किंवा

"अंगरेज राज कंगाल होली
गोटक रूपिया चाउर सोली।"[९६]

(इंग्रजांच्या राज्यात आम्ही कंगाल झालो. एक रुपयात एक सोली तांदूळ कसे विकत घ्यायचे?)

अशा स्वरूपाच्या अनेक लोकगीतांमधून चलन वा आर्थिक धोरणाबाबत लोकमानस प्रकट होताना आढळते. २० व्या शतकातील एडवर्डची प्रतिमा असणाऱ्या चांदीच्या रुपयास, 'बोडका रुपया' म्हणतानाही एकप्रकारची प्रक्षुब्ध जनभावना व्यक्त होते.

मध्यमवर्गीय, समाजसुधारक, बुद्धिमंत यांच्या प्रतिक्रिया :

१९ व्या शतकातील बहुतांश समाजसुधारक बुद्धिमंत हे मध्यमवर्गीय होते. डॉ. राजा दीक्षित यांनी महाराष्ट्रातील मध्यमवर्गाची मौलिक चिकित्सा आपल्या प्रबंधात केली आहे. ते म्हणतात, "...शिक्षण, प्रशासन, समाजकारण, अर्थकारण, राजकारण आणि साहित्य संस्कृती या प्रभुत्व क्षेत्रांवर ताबा मिळवून महाराष्ट्रातील नवोदित मध्यमवर्गाने प्रबोधनावर आणि १९ व्या शतकाच्या इतिहासावर आपली मुद्रा उमटवली."[९७]

डॉ. दीक्षित यांनी म्हटल्याप्रमाणे 'अर्थकारण'ही वरील संदर्भात अपवाद नाही. बाळशास्त्री जांभेकर यांनी 'दर्पण' च्या अंकातून जे विविध विषय हाताळले आहेत त्यात काही महत्त्वपूर्ण उल्लेख आहेत. उदा. १८ एप्रिल १८३० च्या अंकात मुंबई येथे शासनाच्या बचत बँकेची गरज असा लेख आहे.[९८] याप्रमाणे कंपनी

सरकारच्या तीन इलाख्यांतील जमाखर्चाची यादी अशा स्वरूपाचे लिखाणही त्यांनी केलेले दिसते. त्यांचे लिखाण जरी स्वतंत्र लेखांच्या रूपात असले तरी ते १९ व्या शतकाच्या पूर्वाधातील बीजरूप अर्थशास्त्रीय लिखाण ठरते.

बाळशास्त्री जांभेकरांच्या नंतर असूनही प्रथम ग्रंथरूप अर्थशास्त्रीय विचार मांडण्याचा मान हा रामकृष्ण विश्वनाथ याचेकडे जातो.

'हिंदुस्थानची प्राचीन व सांप्रतची स्थिती आणि तिचा पुढे काय परिणाम होणार, याविषयींचा विचार' हा ग्रंथ रामकृष्ण विश्वनाथ यांनी लिहिला. रामकृष्ण विश्वनाथ,[९९] भारतीय लोकात राजकीय अर्थशास्त्राचे वेल्थ ऑफ नेशन्स या सारखे पुस्तक नाही, असे नमूद करून शेतीवरील जबर कर, अफू, मीठ पदार्थांची मक्तेदारी, भारतीय कारागिरी बुडवून ब्रिटिश कारखानदारीवर आधारित बाजारपेठ यांद्वारे ब्रिटिश कंपनी आर्थिक शोषण करत आहे असे ते स्पष्टपणे मांडतात. आणि केवळ या स्थितीचा धिक्कार करीत नाहीत तर यातून बाहेर पडण्याचा मार्गही सुचवितात. स्वदेशीचा आग्रह हा त्या उपायांपैकी एक होय. १९ व्या शतकाच्या पूर्वार्धात असे प्रागतिक अर्थचिंतन विलक्षण मानले पाहिजे.

रामकृष्ण विश्वनाथांच्यानंतर सरदार गोपाळ हरि देशमुख उर्फ लोकहितवादी यांचे अर्थशास्त्रविचार महत्त्वपूर्ण होत. क्लिफ्ट यांच्या इंग्रजी ग्रंथावर आधारित असा 'लक्ष्मीज्ञान' हा ग्रंथ तर त्यांनी रचलाच, परंतु त्यांच्या समग्र लेखनात[१००] अनेक महत्त्वपूर्ण आर्थिक विचार विखुरलेले दिसतात. लक्ष्मीज्ञान या ग्रंथात लोकहितवादी भांडवल, क्रय -विक्रय, किंमत (मूल्यसिद्धान्त) इत्यादी अनेक विषयांचा उहापोह करतात.

हरि केशवजी यांनीही लोकहितवादींच्या पावलावर पाऊल ठेवून, मिसेस मार्सेट यांच्या ग्रंथाचा काही ठिकाणी भावार्थ तर काही ठिकाणी भाषांतर यांचा वापर करून देशव्यवहार व्यवस्था हा ग्रंथ सिद्ध केला होता.[१०१] गोपाळ आणि गुरू यांच्यातील हा संवादात्मक ग्रंथ असून यात संपत्तीचे कारण, लक्षण, उद्योग, भांडवल यांसह पैका, (पैसा), परदेशव्यापारसदृश अनेक बाबींची चर्चा केली आहे.

अशाच प्रकारचा विचार कृष्णशास्त्री चिपळूणकर यांनी आपल्या अर्थशास्त्रपरिभाषा या जॉन स्ट्युअर्ट मिल यांच्या ग्रंथाच्या अनुवादात मांडलेला आहे.[१०२] त्यांनी धनाची उत्पत्ती, श्रम, भांडवल सिद्धान्त यासह अनेक अर्थशास्त्रविषयक घटकांची चर्चा केली आहे.

या सर्वांहून वेगळे अर्थशास्त्रविषयक विचार हे महात्मा फुले यांनी आपल्या

लिखाणातून जागोजागी मांडलेले दिसतात.[१०३] उदा. महात्मा फुले हे राजकीय अर्थशास्त्र असा स्वतंत्र विषय घेऊन त्यावर न लिहिता शेतकऱ्यांच्या त्यांच्या भाषेत स्त्रीशूद्रांच्या समस्या मांडताना अनेक अर्थशास्त्रीय बाबींविषयी सूचक लिहितात. ब्राह्मणांचे कसब यात ते शेटजी-भटजी, विशेषत: भटजी कशाप्रकारे सामान्य माणसास नाडतात हे सांगताना कर्ज, गहाणखत यांतील फसवणुकीबद्दल लिहितात. अशाच स्वरूपाची मांडणी ते शेतकऱ्याचा असूड यात करतात. इशारा या पुस्तिकेत ते सावकारीच्या दुष्परिणामांची चर्चा करतात.

१९ व्या शतकाच्या उत्तरार्धात आपल्या लेखनाद्वारे विविध अर्थशास्त्रीय पैलूंची चर्चा करणारे ग.व्यं. जोशी यांचे लिखाण काहीसे दुर्लक्षित दिसते. विविध सरकारी रिपोर्ट व तत्कालीन परिस्थितीचा आढावा घेऊन जोशी यांचे लिखाण दिसते.[१०४] त्यात त्यांनी ब्रिटिशपूर्व अर्थव्यवस्था, ब्रिटिशांच्या आगमनोत्तर स्थिती यांचा तर विचार केला आहेच परंतु भारतातील औद्योगिक विकासासाठी अगदी धातूंच्या खाणींचाही सखोल अभ्यास मांडला आहे.

भारतीय समाजस्थितीचा सर्वांगीण विचार करणारे न्यायमूर्ती महादेव गोविंद रानडे यांनी तर स्वतंत्रपणे व्यापारविषयक व्याखाने यातून विचार मांडले आहेत.[१०५] त्यात त्यांनी आयात-निर्यातीच्या विविध आकडेवारी तर दिल्या आहेतच परंतु अर्थव्यवस्थेचा अगदी सूक्ष्म विचारही केला आहे. सोने व दागिने यांत पैसा गुंतवण्याची भारतीयांची पद्धती ही भांडवलवृद्धीस घातक आहे असे सूक्ष्म निरीक्षण ते नोंदवतात.

बाळशास्त्री जांभेकरांनी आपल्या 'द बॉम्बे दर्पण' या वृत्तपत्रातून नाणे विनिमय, बट्टा या संदर्भात लोकांच्या अडचणींना वाचा फोडली आहे. 'नाणे-विनिमयकांविरूद्ध तक्रारी' (Complaints against Money-Changers) या आपल्या लेखात ते म्हणतात की, "सरकारी जाहीरनाम्यानुसार १ रुपयास ६४ पैसे असा कायदेशीर विनिमयदर असताना सराफ व सामान्य दुकानदार ६२ पैशांहुन अधिक विनिमय देण्यास नाकारतात याबद्दल जास्त करून गरीब वर्गाकडून मोठ्या तक्रारी केल्या जात आहेत."

ब्रिटिश सरकारने पाडलेल्या उत्तम दर्जाच्या नवीन नाण्यांमुळे नाणे-विनिमयक सराफांचा फायदाच झाल्याचे बाळशास्त्री म्हणतात. कारण खोटी नाणी स्वीकारण्याने जो तोटा या लोकांना होत होता तो नव्या चलनामुळे होत नाही. सराफ हे आवश्यक आहेत व या संदर्भात तरी हे नाकारता येणार नाही की ते लोकांच्या सोयीसाठी योगदान देतात असे मतही बाळशास्त्री नोंदवतात. बाळशास्त्रींच्या मते, सामान्य

दुकानदारांनी जे काम सराफांचे आहे, त्यावर आक्रमण करू नये व बट्टा घेऊ नये.[१०६]

बाळशास्त्रींच्याप्रमाणे गोपाळ हरि देशमुख ऊर्फ लोकहितवादी हे आपल्या 'लक्ष्मीज्ञान' या ग्रंथातही ब्रिटिश चलनाच्या तांत्रिक पुढारलेपणाचा उल्लेख करतात, ते लिहितात, " 'शाई पैसा' नाण्यावर शिक्का नाही, फक्त तांब्याचा तुकडा आहे. परंतु असे नाण्यातुन लोक तुकडे कापून घेतात आणि ठकवितात, म्हणून पुढे शिक्के करू लागले, व कडावरती रेघा मारू लागले. याप्रमाणे हल्लीचा सुर्ती रुपया आहे."[०७]

'कडांवरती रेघा' असणाऱ्या सुरती रुपयाची ही भलावण तितकीच महत्त्वाची आहे. कारण नाण्यांच्या कडांवर उभ्या रेघा (Upright Milling) मारण्याची पद्धती ब्रिटिशांमुळे सुरू झाली.[१०८] दक्षिण भारतात फ्रेंचांच्या प्रभावामुळे टिपू सुलतानच्या चांदीच्या नाण्यांच्या कडेवर अशा प्रकारच्या रेषा दिसतात.[१०९]

समारोप :

एकंदरीत १९ व्या शतकाच्या पूर्वार्धातील 'ब्रिटिश चलन तत्संबंधी आर्थिक धोरणे' या विषयास अनेक आयाम आहेत. मध्ययुगीन पद्धतीच्या अंतर्गत मूल्याधारित स्थानिक, हस्तोत्पादित चलनापासून ते दर्शनी मूल्यावर आधारित राष्ट्रीय, यंत्रोत्पादित चलनाचा त्याच्या विविध पैलूंचा हा एक चिकित्सक विचार केला आहे. आधुनिक भारतीय चलनाचा अग्रदूत म्हणता येईल, अशा ब्रिटिश चलनाचा मुख्यत: पश्चिम महाराष्ट्राच्या विशेष संदर्भात केलेला हा अभ्यास आहे. युरोपातील प्रगत भौतिक संस्कृतीचा वारसा घेऊन आलेल्या ब्रिटिशांच्या राज्याचा परिणाम जसा इतर क्षेत्रांवर बऱ्या वाईट प्रमाणात घडून आला तद्वत तो चलनाच्या क्षेत्रातही घडून आला.

'रुपया अर्थात आमचे चलन' या जुन्या पुस्तकाचे लेखक प्रस्तावनेत लिहितात, "आर्थिक उन्नतीचा प्रश्न हा फावल्या वेळेच्या घटापटादि वाक्यारवाप्रमाणे नसून, मध्यान वेळच्या भोजनाचा अथवा 'भाकरी'चा प्रश्न आहे".[११०]

संदर्भ आणि टिपा

१. R.D. Choksey, *The Period of Transition,* Pune, 1945, p. V (Henceforth ... 'T.P.T.')

२. सदाशिव आठवले, *उमाजीराजे मुक्काम डोंगर,* पुणे, १९९१, पृ. ७वर उद्धृत.

३. चिं.ग. कर्वे, *महाराष्ट्रातील ब्रिटिश राजवटीची पहिली घडी,* पुणे, १९५७, पृ. ३.

४. सदाशिव आठवले, उपर्युक्त, पृ. ८.

५. Choksey, *T.P.T.*, p. VI.

६. Ibid, p. VI.

७. B.R. Sunthankar, *Nineteenth Century History of Maharashtra, Vol.I, 1818-1857*, Pune, 1988, pp. 343-344. (Henceforth .... *'N.C.H.M'*).

८. शं.ना. जोशी, *मराठी राजवटीतील काही घाटमार्ग व चौक्या,* पुणे, १९५३, पृ.६.

९. Miscellaneous Writtings of the late Hon'ble Mr. Justice M.G. Ranade, New Delhi, 1992, p.331.

१०. डॉ. वि.गो. खोबरेकर, *मराठा अंमलाचे स्वरूप,* कोल्हापूर, १९८८, पृ.४४.

११. नलिनी पंडित, *महाराष्ट्रातील राष्ट्रवादाचा विकास*, पुणे, १९७२, पृ.२८.

१२. Choksey, *T.P.T.*, p. VII.

१३. 'कमिशनर' या इंग्रजी शब्दासाठी चिं.ग. कर्वे यांनी प्रस्तुत शब्दाचा वापर केला आहे.पहा: चिं.ग.कर्वे, उपर्युक्त, पृ.४.

१४. R.D. Choksey (ed.), *Twilight of Maratha Raj 1818*, Pune, 1976, P.56. (Henceforth..... *'T.M.R.'*)

१५. बंगालमधील ब्रिटिश रुपयास 'सिक्का' वा 'शिक्का' रुपया म्हणत. पहा : रा.म. गोखले, *भारताचा आर्थिक इतिहास,* पुणे, १९७७, पृ.७०

१६. बा.बा.आचार्य, मो.वि.शिंगणे, *मुंबईचा वृत्तांत*, मुंबई, १९८२, पृ.२६१.

१७. वि.का. राजवाडे, *मराठ्यांच्या इतिहासाची साधने*, कोल्हापूर, १९०३, पृ.२६.

१८. Choksey, *T.P.T.*, p. VII.

१९. Dr. Babasaheb Ambedkar, History of Indian Currency and Banking, Vol.1, in V. Moon (Compiled), *Dr. Babasaheba Ambedkar, Writings and speeches Vol.6*, Mumbai,1989, pp.340-341 (Henceforth.... '*D.B.A.W.S.*')

२०. Choksey, *T.P.T.*, p. VII.

२१. K.K. Maheshwari, Kenneth W. Wiggins, *Maratha Mints and Coinage*, Nasik, p.85.

२२. फसली सन चे इ.स. मध्ये रूपांतर करताना दक्षिण फसलीत +५९०-९१ करतात. पहा: ग.ह. खरे, *संशोधकाचा मित्र*, पुणे १९५१, पृ.८६.

२३. चिं.ग. कर्वे, उपर्युक्त, पृ.३३.

२४. *D.B.A.W.S.*, p. 335.

२५. R.D. Choksey, *Malwan Residency*, Pune,1956, p.91.

२६. Choksey, *T.P.T.*, p.82.

२७. चिं.ग.कर्वे, उपर्युक्त, पृ.३३.

२८. Choksey, *T.P.T.*, op.cit.

२९. विअरिंगच्या मूळ पत्रासाठी पहा: Choksey,*T.P.T.*, pp.82-83.

३०. *The Bombay Gazetteers, Vol. XVI, Nasik*,1883, pp.115-116.

३१. Meera singh, 'Willam Chaplin: Commissioner of Deccan (A study of the British Revenue and Judicial Policies in Deccan 1818-1826)', Thesis submitted for the Degree of Ph.D. (History) University of Pune, (Unpublished), Pune, Sep. 1985, p.214.

३२. Meera Singh, Ibid, p.215.

३३. Meera Singh, Ibid.

३४. Choksey, *T.P.T.*, p.I.

३५. सुलभा ब्रह्मे. (संपा.), *ध. रा. गाडगीळ लेखसंग्रह, खंड १*, पुणे, १९७३, पृ.७९.

३६. *Gazetteer of the Bombay Presidencey, Vol. XIII, pt. I,II, Thane*, 1882, p.305.

३७. Ibid., p.306.

३८. *Gazetteers of the Bombay Presidency, Vol. XX, Sholapur*, 1884, p.250.

३९. *Gazetteers of the Bombay Presidency, Vol. XVII, Ahmadnagar*, 1884, p.289.

४०. Ibid.

४१. *Bombay Gazetteers Konkan, Janjira*, 1926, p.426.

४२. Ibid., p.101.

४३. *मुंबई इलाख्याचे गॅझेटिअर*, पुस्तक २४, कोल्हापूर, १८९०, पृ.२७९.

४४. *Gazetteers of the Bombay Presidency, Vol. XII, Khandesh*,1880, p.195.

४५. ही मूळची पोर्तुगीझ नाणी. हा शब्द BAZARRUCCO 'बाजारासाठीचा लहान पैसा' यावरुन आला.

४६. शां.वि. आवळसकर, *नागाव आर्थिक व सामाजिक जीवन, १७६०–१८४०*, पुणे, १९६२, पृ.१४.

४७. तत्रैव, पृ.१४.

४८. तत्रैव, पृ ७१ वर उद्धृत.

४९. तत्रैव, पृ. ७०–७१.

५०. वि.वा. नाटेकर, *माऊंट स्टुअर्ट एलफिन्स्टन यांचे चरित्र भाग २*, पुणे, पृ.२२३.

५१. Sir. J.C. Coyajee, *The Indian Currency system - (1835-1926)*, Madras, 1930, pp. 5-6.

५२. Nandalal Chatterji, The Bimetallic Scheme of Clive, in *Bharat Kaumudi (Studies in Indology in honor of Dr. Radha kumud Mookerji)* pt.I, pp. 188-189.

सदर लेख असणारा मूळ ग्रंथ या पुस्तकाच्या लेखकास अद्याप मिळू शकलेला नाही, परंतु नाशिक अंजनेरी येथील Indian Institute of Research in Numismatic studies या संस्थेच्या Articles/ off-print या विभागात Box No. XVII/26 यात सदर लेखाची प्रत अभ्यासायला मिळाली.

५३. प्रस्तुत पुस्तकाच्या लेखकाने केलेले भाषांतर.

५४. उपर्युक्त, पृ. १८९-१९०.

५५. D. Chakravarty, *Nineteenth and Twentieth Century Coins of India*, Calcutta, 1979, p.1. (Henceforth... *'N.T.C.C.I.'*)

५६. मध्ययुगीन दक्षिण भारतीय नाण्यांवर गोपुराचे अंकन असे. इंग्रजांनी तशीच सोन्याची नाणी पाडून त्यास 'पॅगोडा' नाव दिले. त्यास 'पागोडा' सुद्धा म्हणतात.

५७. Sir.J.C. Coyajee, op.cit., p.7.

५८. उदा. 'फलुस' हे भागमूल्यांकाचे नाव मोगल तांब्याच्या नाण्यावर आढळते.

५९. Ibid., p. 6.

६०. Ibid., p.7.

६१. Ibid., p.4.

६२. रा.म. गोखले, *भारताचा आर्थिक इतिहास (१७५०-१९४७) भाग दुसरा*, पुणे, १९७७, पृ.७१.

६३. तत्रैव.

६४. वा.ना. गोडबोले, वि.ह. घोरपडे, *रुपया अर्थात आमचे चलन*, कोल्हापूर, १९२२, पृ.१.

६५. तत्रैव, पृ.१६९.

६६. P.N.Chopra, B.N. Puri, M.N. Das, *A Social, Cultural and Economic History of India*, Mumbai, 1974, p. 211.

६७. *Gazetteer of the Bombay Presidency, Vol. XXVII, Ahmadnagar,* 1884, p.299.

६८. *Bombay Gazetteer Konkan, Janjira*, Bombay, 1926, p.426

६९. M.F. Pridmore, *The coins of the British Commenwealth of Nations, Part IV,* London, pp.161-165. (Henceforth.. *T.C.B.C.N.'*).

७०. *Mumbai Archives: Bombay Mint Records*, year 1836.

७१. म. श्री. दीक्षित, *एकोणिसाव्या शतकातील महाराष्ट्र: एक दृष्टिक्षेप*, पुणे, १९८६, पृ.९.

७२. द.वा. पोतदार, प्रस्तावना, समाविष्ट ग.ह. खरे, *मंडळातील नाणी*, पुणे, १९३३, पृ.१.

७३. डॉ. अरुण रा. जोशी, *गोविंद बाबाजी जोशी (वसईकर) एक उपेक्षित समाजसुधारक*, ठाणे, १९८१, पृ.८५.

७४. तत्रैव .

७५. श्री.रा.ह. गाडगीळ यांनी शिवराई व इतर नाणी जमवून त्यांचे पेन्सिलच्या साहाय्याने घेतलेल्या ठशांचे एक बाड, बांधणी करून पुस्तक-रूपाने भारत इतिहास संशोधक मंडळ ग्रंथालयात ठेवले आहे. त्यातील माहिती वरून सदर मोजणी केली आहे.

७६. J.E. Abbot, A Preliminary study of the Shivarai or Chhatrapati Copper Coins., *Journal of the Bombay Branch of Royal Asiatic Society, vol.XX*, Mumbai, 1898, p.109.

७७. हा उतारा पुढील संदर्भाच्या साहाय्याने लिहिलेला आहे:

Gazatteer of the Bombay Presidency, Thana, Vol. xIII, pt.I,II, Mumbai,1882,pp. 305-306.

७८. Pridmore *T.C.B.C.N.*, p.95.

७९. ब्रिटिश हे स्पॅनिश रियाल नाण्यांवर आपला ठसा मारूनही ती चांदीची नाणी चलनात आणत असत.

८०. Chakravarty, *N.T.C.C.I.*, p.1.

८१. सदर कोष्टक हे *N.T.C.C.I.*, p.2. वरील माहितीच्या आधारे तयार केलेले आहे.

८२. Pridmore, *T.C.B.C.N.*, p. 146.

८३. Chakravarty, *N.T.C.C.I.*, p.2.

८४. Ibid, p.23.

८५. Pridmore, *T.C.B.C.N.*, pp. 95-179.

८६. प्रा. ग. ह. खरे, उपर्युक्त, पृ. १९.

८७. Pridmore, *T.C.B.C.N.*, pp. 160-161.

८८. १ ग्रेन = ०.०६४ ग्रॅम्स , १६ ग्रेन्सचा साधारणत: १ ग्रॅम होतो. (१.०३६ ग्रॅम्स=१६ ग्रेन्स). पाहा: प्रा. ग.ह. खरे, उपयुक्त, पृ. ३०.

८९. प्रिन्सेप यांनी बनारस टांकसाळ प्रमुख, कलकत्त्यास नाणेपरीक्षक अशा अनेक भूमिका बजावल्या. भारतीय नाणकशास्त्राचे जनकत्व, ब्राह्मी लिपीचा उलगडा व बंगालच्या एशियाटिक सोसायटीचे सचिव अशी त्यांची अनेक वैशिष्टे आहेत.

पहा: Chakravarty, *N.T.C.C.I.*, p.19.

९०. मुंबई येथील टांकसाळीच्या यांत्रिक क्रिया व एकंदर समकालीन वर्णनासाठी पाहा : बा.बा. आचार्य, मो.वि. शिंगणे, उपर्युक्त, पृ.३००-३०३.

९१. Pridmore, *T.C.B.C.N.*, p.147.

९२. Ibid., p.161.

९३. वि.गो. खोबरेकर, *इंग्रजी सत्तेविरुद्ध महाराष्ट्रातील सशस्त्र उठाव १८१८-१८६०*, मुंबई, १९५९,पृ.९.

९४. P.V. Ranade, 'Maharashatra under the company 1818-1858 (A study of Political Transformation)' thesis submitted for the degree of Ph.D (History University of Pune, (Unpublished), Pune, 1971, p.179.

९५. विश्वमित्र उपाध्याय, *लोकगीतों में क्रांतिकारी चेतना*, नवी दिल्ली, १९९७, पृ.९१.

९६. तत्रैव, पृ.१३९.

९७. श्री. म. तथा राजा दीक्षित, '१९ व्या शतकातील महाराष्ट्र: मध्यम वर्गाचा उदय', पुणे विद्यापीठाच्या पीएच.डी (इतिहास) पदवीसाठी सादर केलेला प्रबंध, (अप्रकाशित), पुणे, मार्च १९९८, पृ.२६४.

९८. गणेश गंगाधर जांभेकर (संशोधक व संपा), *बाळ गंगाधरशास्त्री जांभेकर (१८१२-१८४६) यांचे जीवनवृत्त व लेखसंग्रह, खंड २*, पुणे, १९५०, पृ.११२-११४.

९९. दि.के. बेडेकर (संपा.), *चार जुने मराठी अर्थशास्त्रीय ग्रंथ (१८४३-१८५५)*, पुणे, १९६९, पृ.१-४२.

१००. गोवर्धन पारीख व इंदुमती पारीख (संपा.) *लोकहितवादी: समग्र वाङ्मय, खंड १*, मुंबई, १९८८, पृ.३९-४१, ४६.

१०१. दि.के. बेडेकर, उपर्युक्त, पृ ७३-२५९.

१०२. तत्रैव, पृ. २६१-३८०.

१०३. य.दि. फडके (संपा.), *महात्मा फुले समग्र वाङ्मय*, मुंबई, १९९१, पृ. १०४-१०५, २९१-९४, ३९३-९५.

१०४. Ganesh V. Joshi, *Writings and Speeches of Hon-Rao Bahadur G. V. Joshi,* pune, 1912, pp. 591-595.

१०५. नी.वि. सोवनी, (संपा.) *न्या.मा. गो. रानडे यांनी दिलेली व्यापारासंबंधी व्याख्याने (१८७२-७३)*, पुणे, १९६३, पृ.६-१८

१०६. गणेश गंगाधर जांभेकर, उपर्युक्त, पृ.११२.,

१०७. तत्रैव, पृ. ११३-११४.

१०८. गोवर्धन पारीख व इंदुमती पारीख, उपर्युक्त,पृ.३९.

१०९. 'ही पद्धती न्यूटनने शोधली' अशी माहिती प्रा.प्र.के. घाणेकर यांनी व्यक्तिगत चर्चेत पुरविली त्याबद्दल लेखक त्यांचा आभारी आहे.

११०. पुण्यातील प्रख्यात नाणे संग्राहक श्री. अरविंद आठवले यांच्या खासगी नाणे संग्रहातील टिपू सुलतानच्या दोन रूपया, एक रुपया या चांदीच्या नाण्यांवर (इ.स. १७८६ सालच्या) कडांवर रेषा दिसतात. त्या फ्रेंच प्रभावामुळे होत असे श्री आठवले यांचे मत आहे.

१११. वा.ना. गोडबोले, वि.इ. घोरपडे, उपर्युक्त, प्रस्तावना पृ.१.

❑❑

प्रकरण ४ थे

ब्रिटिश नाणी व चलनपद्धती
(१८४०-१९४७)

आतापर्यंत आपण जो चलनाचा चिकित्सक अभ्यास मांडला तो इ.स. १८४० सालापर्यंत म्हणजे चौथ्या विल्यमच्या कारकिर्दीपर्यंतचा होता. चौथ्या विल्यमचा मृत्यू दि. २० जून १८३७ रोजी झाला आणि त्या नंतर त्याची पुतणी व्हिक्टोरिया ही सम्राज्ञी बनली. तिचा कालखंड हा १८३७ ते १९०१ असा आहे. तत्पूर्वी १८३५-४० यादरम्यान राजा चौथा विल्यम याची पुढील प्रकारची नाणी पाडली गेली.

सोने : १) दोन मोहोरांचे नाणे २) मोहोर, चांदी : १) रुपयांचे नाणे, २) १/२ रुपया ३) १/४ रुपया, तांबे : १) १/२ आणा, २) १/४ आणा, ३) १/१२ आणा.

वरील प्रकारच्या नाण्यांचे विनिमयात्मक कोष्टक पुढीलप्रमाणे होते.

इ.स. १८३३ साली १ रुपयाच्या २४०० कवडी येत. १ रुपयाचे ६४ पैसे, १९२ पै, व २५६ दमडी येत असत [१].

वरीलपैकी १, १/२, १/४ रुपयावर १८३५ साल व राजाची प्रतिमा आढळून येते. विशेष म्हणजे दि. १ सप्टेंबर १८३५ पासून पाडण्यात आलेल्या या नाण्यांच्या कडांवर रेघा दिसतात. सोन्याच्या २ मोहोर व मोहोरेवर एकीकडे राजाची प्रतिमा तर दुसरीकडे सार्वभौमत्वाचे प्रतीक सिंह दिसतो. मुंबई टांकसळीतून ५३.७ लक्ष, कलकत्ता येथून १०९.१ लक्ष तर मद्रास येथून १.२ लक्ष नाणी याच राजाच्या काळात पाडली गेली [२].

राणी व्हिक्टोरियाच्या कारकिर्दीतील ब्रिटिश नाणी :

चौथ्या विल्यम पासून जी 'Uniform currency' ची चौकट निर्माण झाली त्यात राणी व्हिक्टोरिया (१८३७-१९०१), सातवा एडवर्ड (१९०१-१९१०), पाचवा जॉर्ज (१९१०-१९३६), सहावा जॉर्ज (१९३६-१९४७) पाडली पण मूळ व्यवस्था, नाणेप्रकार, परस्पर प्रमाण उदा. १ रुपयाचे १६ आणे इ. मात्र बदलले नाही. हे पाहता '१८३५ चा नाणकविषयक कायदा' हा भारतात आधुनिक चलनाचा पाया दिसतो.

व्हिक्टोरिया राणीच्या कारकिर्दीतील नाण्यांचे प्रमुख दोन प्रकार पडतात.

अ) ईस्ट इंडिया कंपनीच्या पद्धतीची नाणी (इ.स. १८४०-१८६१)

ब) कंपनीकडून सत्ता ब्रिटिश पार्लमेंटकडे गेल्यानंतरची नाणी (इ.स. १८६२-१९०१)

यातील दुसऱ्या कालखंडाची पुन्हा दोन विभागांत विभागणी करता येईल :

१) १८६२ ते १८७६ दरम्यानची नाणी जेव्हा व्हिक्टोरिया ही ग्रेट ब्रिटन आणि भारतासारख्या वसाहतींची राणी होती त्या नाण्यांवर 'Victoria Queen' असा लेख दिसतो. व

२) १८७७ ते १९०९ या दरम्यानची नाणी जेव्हा व्हिक्टोरिया ही ग्रेट ब्रिटनची राणी व भारताची सम्राज्ञी होती, तेव्हा वरील कालखंडात पाडलेल्या नाण्यांवर 'Victoria Empress' असा लेख दिसतो

अ) ईस्ट इंडिया कंपनीच्या अंमलाखालील व्हिक्टोरियाची नाणी : (१८४०-१८६१)

यांतील नाणेप्रकार म्हणजे; सोन्याची मोहोर, चांदीचे १, १/२, १/४ आणि दोन आणे तर तांब्याची १/२ आणा, १/२ पैसा, १/१२ आणा.

या काळातील नाण्यांचे एक वैशिष्ट्य म्हणजे यांच्यावर गोठवलेले साल दिसते. (Forzen Date) उदा. १८५० साली पाडलेल्या नाण्यांवरही १८३५ साल दिसते.

राणी व्हिक्टोरियाच्या काळातील नाणकोत्पादन पुढीलप्रमाणे होते.

मुंबई १०९.८ लक्ष, कलकत्ता १७९.९, मद्रास २१.९ एकूण ३११.६[३]

या ठिकाणी एक गोष्ट लक्षात घेतली पाहिजे ती म्हणजे जरी दि. १ नोव्हेंबर

१८५८ रोजी कंपनीची सत्ता संपली व राणी व्हिक्टोरिया हिला 'ग्रेट ब्रिटन व वसाहतींची राणी' घोषित केले गेले तरी नाणी मात्र ईस्ट इंडिया कंपनीच्या नावानेच व गोठवलेल्या तारखेची पाडली जात होती.

ब) कंपनीकडून सत्ता ब्रिटिश पार्लमेंटकडे गेल्यानंतरची व्हिक्टोरियाची नाणी :

नाण्यांच्या लेखी 'सत्तांतर' हे १८६२ सालापासून दिसते, जरी ते प्रत्यक्षात १८५८ साली घडले असले तरीही १८६२ सालापासून जी नाणी पाडली गेली त्यांच्यावरून ईस्ट इंडिया कंपनीचे नाव काढून टाकण्यात आले व त्या जागी राणीचे नाव येऊ लागले. नाण्यांची परिमाणे (Denominations) मात्र दोन नवीन परिमाणांची नाणी (१० रुपयांचे नाणे जे १/३ मोहोर इतके येते.) सुरू करण्यात आली. मात्र १०, व ५ रुपयांची नाणी चलनात आली नव्हती.

इ. स. १८७७-१९०१ दरम्यानच्या नाण्यांवर (Victoria Empress) असा उल्लेख दिसतो. व्हिक्टोरियाच्या काळात विशेषत: चांदीच्या नाण्यांची जी शुद्धता होती (९१६.६) ती १९४० सालापर्यंतच्या नाण्यांसाठी प्रमाणशुद्धता मानली गेली. १८६८ सालापासून नाण्यांसाठी जी नक्षी ठरविण्यात आली ती १९४७ सालापर्यंत तशीच राहिलेली दिसते. अर्थात नाण्यांवर टांकसाळ तसेच तपशिलाचे सूक्ष्म बदल दिसतात, ते नाणे संग्राहकांसाठी महत्त्वाचे आहे. चलन व्यवस्थेत त्याने फारसा फरक पडत नाही. इ.स. १९०० साली नाणेप्रकारांचे विनिमयात्मक कोष्टक असे होते.

१८०० कवडी = १ रुपया = ६४ पैसे = १९२ पै. = ५४०० फुटी कवडी. (१ कवडी = ३ फुटी कवडी)

या ठिकाणी 'फुटी कवडी' या सर्वात लहान क्रयशक्तीच्या परिमाणाचा उपयोग अद्यापि हिंदी व मराठी म्हणीमध्ये होतो याची आठवण होते.

व्हिक्टोरिया राणीच्या काळात धार, देवास, बिकानेर, अल्वार इत्यादी देशी संस्थानांनी राणीच्या नावाने नाणी पाडलेली दिसतात. चित्रकूट-उदयपूरच्या नाण्यांवर तर दोस्ति लंधन' (आमची लंडन, इंग्लंडशी मैत्री आहे) असा लेख आहे. तर जोधपूरच्या चांदीच्या जाड नाण्यांवर 'श्री माताजी' असा व्हिक्टोरियाचा उल्लेख आढळतो. आपले अस्तित्त्व जपण्यासाठी या संस्थानांनी ब्रिटिशांशी केलेल्या या तडजोडी होत.

२० व्या शतकाच्या चलनपद्धतीकडे जाण्यापूर्वी १९ व्या शतकातील

चलनाबाबत एक उल्लेख गरजेचा आहे. तो म्हणजे 'सुवर्णनाणी' ही 'प्रमाण चलन' मानण्याचा होय. १८५३ साली लॉर्ड डलहौसीने सर्व सुवर्णनाणी बेकायदा ठरवली होती.[४]

१८६६ साली सर रिचर्ड टेंपल यांनीही सोन्याचे नाणे मुख्य चलन म्हणून प्रचलित करण्याची शिफारस केली होती तर नामदार गोपाळ कृष्ण गोखले यांनीही कौन्सिलात भाषण करताना नवीन रुपये पाडण्याचे बंद करून सोन्याचे नाणे सुरू करण्याची मागणी केली होती.

राजा ७ एडवर्डच्या काळातील ब्रिटिश नाणी :

राणी व्हिक्टोरियाच्या मृत्यूनंतर, ७ वा एडवर्ड हा इंग्लंडचा राजा बनला पण त्याच्या राज्याभिषेकास, त्याच्या आजारपणामुळे काहीसा उशीर झाला. इ.स. १९०२ सालापर्यंतची नाणी व्हिक्टोरिया राणीच्या नाण्यांच्या साच्यातून (आवटीतून Die) पाडली गेली. एडवर्डच्या काळात सोन्याचे नाणे पाडले गेले नाही. चांदीचा रुपया, १/२ रुपया, १/४ रुपया, २ आणा या परिमाणांची पाडण्यात आली. तर तांब्याच्या नाण्यात १/४ आणा, १/२ पैसा, व १/१२ आणा ही नाणी प्रस्तुत करण्यात आली.

या काळात तांब्याचे आंतरराष्ट्रीय भाव कडाडल्यामुळे 'क्युप्रो-निकेल' या नवीन धातूत नवीन नाणी पाडण्यात आली. ही नाणी व्हिक्टोरियाच्या १/२ आणा या तांब्याच्या नाण्यांच्या जागी (९५% तांबे+ ४% टीन, १% जस्त) अशी ब्रॉन्झची नाणी पाडली गेली. [५]

एडवर्डच्या काळाचे आणखी एक वैशिष्ट्य म्हणजे भारतीय नाणकविषयक कायदा (इ.स. १९०६)(Indian Coinage Act, 1906) जो, आजमितीस जो नाणक कायदा आहे त्याचे मूळ स्वरूप होय.

एडवर्डच्या नाण्यांची एक खासियत म्हणजे त्यांच्यावरील एडवर्ड हा मुकुट विरहित दिसतो. राजाच्या राजपदग्रहणसमारंभाआधी नाण्याची आवटी (Die) तयार केल्याने असा राजा दिसतो. भारतीयांनी मात्र 'बोडक्या राजाचा रुपया' या शब्दात या नाण्यांची संभावना केली. १९१० सालचा रुपया व क्युप्रो-निकेलचा १ आणा यांवर मात्र राजमुकुटधारी एडवर्ड आहे.

भाषक अंगाने एडवर्डच्या काही नाण्यांवरील बदल टिपण्यासारखा आहेत. क्युप्रो-निकेलच्या १ आण्याच्या नाण्यांवर १) इंग्रजी, २)हिंदी, ३) पर्शियन, ४) बंगाली, ५) तेलुगू, या ५ भाषांमध्ये किंमत लिहिलेली आहे. हीच परंपरा आजच्या नोटांवरही आपणांस दिसून येते.

थोडक्यात एडवर्डच्या काळात, चांदी - रुपया, १/२ , १/४ रुपया, २ आणे, क्युप्रो- निकेल- १ आणा, १९०६ पर्यंत तांबे - १/४ आणा, १/२ पैसा, १/१२ आणे तर १९०६ नंतर हिच नाणी ब्राँझ मध्ये करण्यात आली.

राजा ५ वा जॉर्ज याची नाणी : (१९११ ते १९३६)

५ व्या जॉर्जच्या कारकिर्दीतील नाणी आणि तत्कालीन इतिहास यांची सांगड घातल्यास नाण्यांच्या क्षेत्रातील बदल सहज लक्षात येतात. उदा. १९१४-१९१८ या दरम्यानच्या पहिल्या महायुद्धामुळे चांदीचे भाव वाढू लागले. चांदी दुर्मिळ झाल्याने चांदीचे २ आण्याचे नाणे क्युप्रो- निकेलमध्ये पाडण्यास सुरुवात झाली. या कालखंडात नाण्यांची परिमाणे (Denominations) बदलली नाहीत पण धातूंचे बदल मात्र झाले.

५ व्या जॉर्जच्या काळात सोन्याचे १५ रुपयांचे नाणे, चांदीचा रुपया, १/२, १/४, २ आणे, आणा आणि ब्राँझमध्ये १/४ आणा, १/२ पैसा, १/१२ आणा हे नाणकप्रकार पाडण्यात आले.

१९११ चा रुपया आणि लोकभावना :

१९११ सालच्या रुपयाचे उत्पादन सरकारला अचानक थांबवावे लागले. त्याचे कारणही तसेच होते. या रुपयावर 'हत्ती' प्राणी कोरला होता. पण 'सोंड व पाय' कमी आकाराचे असल्याने तो डुक्कर सदृश दिसू लागला. १८५७ ची होरपळ न विसरलेल्या ब्रिटिश सरकारने मुस्लिम व हिंदू लोकभावनांचे महत्त्व लक्षात घेऊन हा रुपया तत्काळ थांबवला.

सहाव्या जॉर्जच्या काळातील नाणी : (१९३६-१९४७)

आधुनिक भारतीय नाण्यांची (इ.स. १९५० पासून..) पूर्वसूरी नाणी महत्वपूर्ण आहेत. या काळात भारतातील नाणकक्षेत्रात अनेक महत्त्वपूर्ण बदल घडले. यांपैकी प्रसिद्ध बदल म्हणजे १९४० नंतरच्या नाण्यातील चांदीचे निम्मे घटलेले प्रमाण, १/२ पैसा, १/१२ आणा याचे १९४३ पासून थांबवलेले उत्पादन, शुद्ध निकेलचे रुपये इत्यादी.

सहाव्या जॉर्जच्या काळातील नाणी : (१९३६-१९४७)

अ) चांदी (प्रमाणित)- रुपया, १/१, १/४ रुपया (१९३९,४०पर्यंत)

ब) मिश्र चांदी - रुपया, १/२ रुपया, १/४ रुपया (१९४५ पर्यंत)

क) शुद्ध निकेल - रुपया, १/२ , १/४ रुपया (१९४७ साल)

ड) क्युप्रो निकेल - २ आणे, आणा, १/२ आणा (१९३९-१९४७)

इ) निकेल पितळ - २ आणे, आणा, १/२ आणा (१९४२-१९४५)

फ) ब्राँझ - १/२ आणा (१९३८-१९४२), १/२ पैसा , १/१२ आणा, १ पैसा (भोकाचा पैसा)

अशा प्रकारे ६ व्या जॉर्जच्या कारकिर्दीतील नाणी ही स्थित्यंतराच्या कालखंडातील नाणी होत. या काळात भारताला स्वातंत्र्य मिळाल्यांनतर ऑगस्ट १९४७ ते मार्च १९५० या दरम्यान भारतातील मुख्य टांकसाळीतून १९४७ या गोठवलेल्या सालाची नाणी पाडण्यात आली. १९५० साली भारतीय प्रजासत्ताकाची 'आणे-पैसा' प्रकारची निकेल (रुपये), क्युप्रो निकेल (आणे), ब्राँझ (पैसे) ही नाणी पाडण्यास सुरुवात होईपर्यंत सहाव्या जॉर्जची नाणी प्रचलित होती. पुढील काळात १९५७-६० दरम्यान भारतीय नाण्यांचे 'दशमानीकरण' करण्यात आले, आणि आपण सध्या जी नाणी वापरतो त्यांचा जन्म झाला असे म्हणायला हरकत नाही.

संदर्भ व टिपा

1) L. C. Bawa & S.C. Gupta, *Elementary Numismatic studies-Coins of India (1835-2002 A.D)*, Kapoori Devi charitable trust, Gurgon, 2002 p. 09.

2) D. Chakravarty, *Nineteenth and Twentieth Century coins of India*, Hobby Publication, Calcutta, 1979, p.20

3) Ibid., p.24'.

4) वा. ना. गोडबोले, वि. ह. घोरपडे, *रुपया अर्थात् आमचे चलन*, सिद्धेश्वर छापखाना, कोल्हापूर, १९२२, पृ.०२.

5) D. Chakravarty, Idem, P. 51.

प्रकरण ५ वे

थोडक्यात...

१७ व्या शतकाच्या उत्तरार्धापासून ते १९ व्या शतकाच्या पूर्वार्धापर्यंतच्या अनुक्रमे शिवकाल, पेशवेकाल व ब्रिटिश काळातील चलनाचा; तसेच तत्संबंधी अनेक पैलूंचा जो चिकित्सक विचार येथवर केला, त्यासंबंधीची निरीक्षणे आणि निष्कर्ष सारांशरूपाने प्रस्तुत प्रकरणात मांडलेले आहेत.

आधुनिक-पूर्व (Pre-modern) महाराष्ट्राच्या आर्थिक इतिहासाचा विचार करताना, मौद्रिक अर्थव्यवस्थेचा महत्त्वपूर्ण घटक म्हणून चलनाचा (१७ ते १९व्या शतकातील 'प्रमुख चलनप्रकार' म्हणून नाण्यांचा) अभ्यास हा आवश्यक ठरतो. तसे पाहता महाराष्ट्राच्या चलनाच्याबाबत, अनेकांनी विविध अंगांनी कमी जास्त प्रमाणात आपले संशोधकीय योगदान देऊन सदर विषयाचा अभ्यास केला आहे. परंतु आधुनिक भारतीय चलनाची पार्श्वभूमी असणाऱ्या चलनाच्या समग्र इतिहासावर प्रकाश टाकणारे काम अद्यापि उपलब्ध नव्हते, असे नम्रपणे म्हणावे लागते. किंबहुना उपरिनिर्दिष्ट कालखंडातील अनेक कूटस्थळांबाबत अद्यापि अध्ययनास वाव आहे. पहिल्या, 'विषय प्रवेश' या प्रकरणात इतिहासाचे साधन म्हणून नाण्यांचे महत्त्व, आधुनिक-पूर्व महाराष्ट्रीय चलनाच्या विविध पैलूंच्या अध्ययनाची आवश्यकता या घटकांची चर्चा केली आहे. अद्यापपावेतो वरील कालखंडातील चलनाचे अध्ययन एकतर हौशी नाणेसंग्राहकांच्या, गरजांच्या पातळीवर तरी झाले किंवा अध्ययनाचे दुसरे टोक म्हणजे; प्रत्यक्ष चलनाचे अध्ययन न करता, केवळ ग्रांथिक वा पुराभिलेखीय

सामग्री (जी चलन वा तत्संबंधी आर्थिक क्रियांबाबत काही माहिती सांगते) प्रकाशित करणे, अशा पातळीवर झाले. याला अपवाद म्हणजे नव्याने प्रकाशित झालेले डॉ. शैलेन्द्र भांडारे यांचे बीजरूप संशोधन होय.[१] वास्तविक पाहता, अप्रकाशित पुराभिलेखीय सामग्री व प्रत्यक्ष नाण्यांचे अध्ययन यांच्या साहाय्याने, या 'आधुनिकपूर्व चलनाच्या, आधुनिक चलनात रूपांतराच्या' प्रक्रियेचा मागोवा घेणे गरजेचे आहे.

'शिवकालीन चलन' ही वास्तविक पाहता एक व्यापक संकल्पना आहे.[२] हे चलन अंतर्गत मूल्यावर आधारित चलन असल्याने मराठा राज्याच्या बाह्य प्रदेशातून आलेल्या चलनाचा अंतर्भावही सदर चलनात होत असे. तथापि 'विविध प्रांतांच्या चलनाची एक प्रकृती असते' हेही शिवकालीन चलनाच्या अध्ययनाने जाणवते. या संदर्भात छत्रपती शिवाजीमहाराजांनी सुरू केलेल्या शिवराई होन, तांब्याची शिवराई व नव्याने उपलब्ध चांदीच्या शिवराईचा[३] उल्लेख महत्त्वाचा ठरतो. यातील तांब्याची शिवराई, ही २० व्या शतकाच्या पूर्वार्धापर्यंत, महाराष्ट्रीय चलनाची एक खासियत बनून राहिलेली स्पष्टपणे दिसते.

शिवकालीन चलनाची एकंदर परंपरा ही दाक्षिणात्य चलनपरंपरेकडे झुकणारी होती असा निष्कर्ष उपलब्ध नाणकप्रकार, त्यावरील मजकूर, नाण्यांचा पोत यांच्या अध्ययनाने निघतो. शिवछत्रपतींनी केलेला राज्यविस्तार हा पश्चिम व दक्षिण होता या तत्थ्याचे प्रत्यंतर १७ व्या शतकाच्या उत्तरार्धातील मराठी चलन देते. रुपया या मूलत: उत्तर भारतीय चलनाचा विशेष प्रसार किमान शिवकालीन महाराष्ट्रात तरी नव्हता. तर, विजयनगर साम्राज्यप्रणीत 'होन' या दाक्षिणात्य सुवर्ण नाण्यास शिवकालीन महाराष्ट्राच्या चलनात प्रमुख स्थान होते. शिवछत्रपतींचे चलन महाराष्ट्राची भाषिक अस्मिता प्रकट करते. शिवपूर्व महाराष्ट्रात यादव साम्राज्याच्या पतनानंतर (इ.स. १३१८) बहामनी, निजामशाही, आदिलशाही, फरूखी सुलतान या राजवटींपैकी सर्वांनी पूर्णत: पर्शियन अभिलेखयुक्त नाणी पाडली होती. त्या नाण्यांवर दोन्ही बाजूंना केवळ लेखच आढळतो. यासोबत शिवपूर्व महाराष्ट्रात विजयनगर साम्राज्याचे चलनही होते. 'देवदेवतांचे अंकन' व 'राजनाम' असे त्या चलनाचे स्वरूप असता, विजयनगरीय चलन व सुलतानी चलन यांच्यातील घटकांचा एक वेगळाच समन्वय शिवछत्रपतीप्रणित मराठी चलनात स्पष्टत: जाणवतो. सोन्याच्या नाण्याबाबत, विजयनगराच्या होन भागमूल्यांकांच्या चलन पद्धतीचा स्वीकार जरी छत्रपती शिवाजीमहाराजांनी केला असला तरी देवताअंकन/राजनाम अशा प्रकारची नाणी न पाडता, दोन्ही बाजूंवर केवळ राजनाम ('श्री/राजा/शिव'; दुसरीकडे 'छत्र/पति') व्यक्त करणारी नाणी पाडलेली दिसून येतात. नाण्यांवर

"टांकसाळनाम व निर्मितिवर्षाचा अंक नसणे" हेही विजयनगरीय चलनाचा प्रभाव दर्शविते.कारण बहामनी निजामशाहीसारख्या सुलतानी चलनावर या दोनही गोष्टींचे सातत्यपूर्ण अंकन असते. शिवकालाच्या आर्थिक स्वरूपाचा विचार करता अर्थव्यवस्थेच्या मौद्रिकीकरणाची प्रक्रिया जाणवते. परंतु समकालीन साधने वस्तुविनिमयाचेही प्राबल्य दर्शवितात. असे असताना राज्याचे स्वातंत्र्य उद्घोषित करणारे एक स्वनामांकित चलन सुरू करण्याचा मान छत्रपति शिवरायांना द्यावा लागतो. नाण्याला दर्शनी मूल्य असतेच; पण शिवाजीमहाराजांच्या 'शिवराई'चे हे स्वातंत्र्यसूचक प्रतीकात्मक मूल्य ऐतिहासिक दृष्ट्या महत्त्वाचे आहे. छत्रपती शिवाजी महाराजांच्या कारकिर्दीत पाडलेली शिवराई नाणी व नंतरच्या कालखंडातील शिवराई नाणी यांच्यातील फरक हा त्यांच्या बाह्यस्वरूपावरून (मुख्यत: लेख) ओळखला गेला आहे. सुरुवातीच्या काळातील शिवराई कमी संख्येने उपलब्ध आहेत, परंतु उत्तरकालीन शिवराई फार मोठ्या संख्येने उपलब्ध आहेत. म्हणजेच सदर चलन त्याच्यातील गुणांमुळे आत्यंतिक प्रसिद्धी पावले होते.[४] आधुनिक-पूर्व कालखंडात महसूल हा शासनाच्या उत्पन्नाच्या महत्त्वपूर्ण साधनांपैकी होता. महाराष्ट्रात खास करून महसूल रोखीची पद्धती मलिक अंबरने सुरू केली तरीही शिवकाळात दोन्ही पद्धतींनी म्हणजे रोख व वस्तुरूप असा महसूल गोळा होताना दिसतो. त्यातील जास्त भाग हा ऐनजिनसी म्हणजे वस्तुरूप होता, असे साधनांवरून स्पष्ट होते.

मराठा स्वातंत्र्ययुद्धानंतरच्या कालखंडात, १८ व्या शतकात चलनाच्या स्वरूपात परिवर्तन होताना दिसते. हे नावीन्य चांदीच्या चलनाच्या रूपाने अवतरते. शिवकालीन तसेच शिवपूर्वकालीनही महाराष्ट्रात चांदीच्या चलनास विशेष महत्त्व नव्हते. निजामशाही, आदिलशाही, कुतुबशाही, इमादशाही, बरीदशाही यांपैकी एकाही राजसत्तेचे एकही चांदीचे नाणे अद्यापि ज्ञात नाही.[५] या तथ्यावरून रजत चलनास महत्त्व नव्हते हे सहज स्पष्ट होते. परंतु याचा अर्थ असा नव्हे की, रजत चलनच नव्हते. मोगलांची चांदीची नाणी काही प्रमाणात चलनात आढळून येतात, पण १८ व्या शतकाप्रमाणे त्यांचे प्राबल्य दिसत नाही. १८ व्या शतकात, मराठी राज्यात वा मराठ्यांनी नव्याने जिंकलेल्या प्रदेशात मोगल राजनाम अंकित, परंतु महाराष्ट्रीय वा मराठ्यांच्या ताब्यातील ठिकाणांची टांकसाळ नामे, चिन्हे धारण करणारी अनेक प्रकारची व भागमूल्यांकांची चांदीची नाणी आढळतात. या चांदीच्या नाण्यांच्या बाह्य स्वरूपावरून मोगलांचे 'नाममात्र' वर्चस्व जाणवते. "पातशाही रक्षून जे करणे ते करावे" याचे प्रत्यंतर १८ व्या शतकातील मराठा चलन देते. या चलनावरील बादशाही राजनामांमुळेच त्र्यं.शं. शेजवलकरांसारखे इतिहासकार पेशव्यांचे स्वतंत्र

चलन नव्हते या आशयाचे मत व्यक्त करतात.[६] संयुक्त राजव्यवस्थेतील पेशव्यांच्या शिवाय इतर सरदारांचे चलन बादशाही राजनामाने अंकित असले तरी, काहींनी रूढ पद्धतीपेक्षा वेगळेच नाणकप्रकार पाडलेले दिसतात, उदा. सांगलीचे पटवर्धन यांच्या नाण्यावर 'श्री गणपती', 'पंतप्रधान' असा देवनागरी मजकूरही दिसतो, तर कुलाबेकर आंग्रे यांच्या नाण्यावर फक्त 'श्री' हे अक्षर दिसते. एकंदरीत १८ व्या शतकातील मराठा चलनात विविध प्रकारचे (types), विविध टांकसाळीतून उत्पादित रुपये व त्यांचे भागमूल्यांक प्रचलित दिसतात. हा सर्व बदल जो दिसतो त्यामागे एक कारण-परंपरा दिसते, राजकीय विस्तारवाद[७], लष्कराच्या संख्येतील वाढ, तयार वित्तपुरवठ्याची गरज, रोखीप्रधान अर्थव्यवस्थेकडे वाटचाल, वाढता पेढीव्यवहार, ही त्यामागील कारणे होत. ब्रिटिश चलनपद्धतीत आधुनिक चलनपद्धतीतील अनेक गोष्टी बीजरूपाने आढळतात, परंतु १७-१८ व्या शतकातील मराठा चलनातही काही लक्षणीय बाबी, काही प्रसुप्त प्रेरणा दिसतात. बदलाबरोबरच सातत्याचा हा धागा लक्षात घेणे महत्त्वाचे आहे. सरकारनियंत्रित केन्द्रीय टांकसाळी, नाणकसंबंधित गुन्हेगारीबाबत कठोर शासन, टांकसाळ गैरव्यवहारांबाबत चौकशी समिती, या गोष्टी चलनविषयक जागरूकता दाखवतात. इ.स. १८३५ साली ब्रिटिशांनी एकच्छत्री चलन (Uniform Currency) भारतात लागू केले. ज्याप्रमाणे प्रशासकीय एकीकरण घडवून आणले, तद्वत संपूर्ण ब्रिटिश भारतासाठी एकच चलन अस्तित्वात आले. हा चलनातील आधुनिकतेचा मापदंड मानला जातो. परंतु १८ व्या शतकातही अशा स्वरूपाचा प्रयत्न केला गेला होता. पेशव्यांनी कोकणातील टांकसाळींच्या केन्द्रीकरणाचा अभूतपूर्व असा प्रयत्न केला होता. त्यांनी कोकणातील राज्यातील इतर टांकसाळी बंद करून, विशिष्ट प्रकारचीच नाणी, ठराविक मुदतीसाठी, सरकारी तालुक्यात टांकसाळी घालून, पाडण्याचा प्रयत्न केला. या प्रयोगास पूरक मदत म्हणून मक्तेदारांस असे कळवण्यात आले की, त्यांच्याहून अधिक बोली लावण्याऱ्यासही सदर काम दिले जाणार नाही, तात्पर्य, एकाच मक्तेदाराने ठराविक काळासाठी सरकारसाठी, सरकारी तालुक्यात एकहाती नाणकोत्पादन करावे. यात टांकसाळींचे केन्द्रीकरण व चलनाचे प्रमाणीकरण साधण्याचा प्रयत्न केला होता.[८] चलनाबाबत काही आदेश महत्त्वपूर्ण होत.उदा.१८ व्या शतकाच्या उत्तरार्धातील एका सनदेत नाणी पाडण्याच्या आवटीतील (Die) वर्षाचा आकडा दरवर्षी बदलावा, अशी अट दिसते. यावरून चलनाबाबत सरकारची जागरूकता व कालभान जाणवते. १८ व्या शतकातील चलनासमोर उभे ठाकलेले प्रश्न शासकीय आणि व्यवस्थात्मक अशा दोनही पातळींवर सोडवण्याचे प्रयत्न दिसतात. शासकीय पातळीवर शासकीय

सनदांतील अटींच्याद्वारे, नियमांच्याद्वारे खाजगी नाणे उत्पादकास मक्ता दिला जाई. सरकारी अटी व नियमात कसूर करण्यास दंड, शिक्षा केली जाई; परंतु व्यवस्थात्मक पातळी ही 'शासकीय पातळी' पेक्षा जास्त महत्त्वाची होय. यामध्ये सराफ-सावकार यांच्या तपासणीपद्धती व चिन्हांकन यांचा, तसेच पेढी व्यवहारांचा समावेश होतो. प्रत्यक्ष चलनव्यवहार करणाऱ्या या लोकांच्या हाती तत्कालीन चलनाचे बहुतांश नियंत्रण होते. नाण्याचे उत्पादन, नाण्यांच्या विविध प्रकारांतील अदलाबदल, नाणे-पारखणी व तपासणी इत्यादी कामांबाबत सराफ सावकारांना नफा मिळत असे. मात्र यामुळे 'विविध कसाचे रुपये' ही १९ व्या शतकात नव्याने सत्ताधीश बनलेल्या ब्रिटिशांच्या चलनविषयक धोरणात अडथळा आणणारी बाब ठरली.

मक्ता पद्धतीने मिळणारे खासगी नाणकोत्पादन अधिकार, नाणी पाडण्यासाठी मानवी शक्तीचा वापर (हस्तोत्पादित नाणी), विविध टांकसाळींचे रुपये, रुपया जरी असला तरी कसाप्रमाणे मूल्य वैविध्य, शुद्धतानिर्देशक चिन्हांची नाण्यांवर योजना, विनिमय दर (बट्टा) ही १८ व्या शतकातील मराठी चलनपद्धतीची वैशिष्ट्ये होत. सदर वैशिष्ट्ये आधुनिक दृष्टिकोनातून चलनाच्या दृष्टीने अडचणी उत्पन्न करणारी असली तरी ती त्या काळची 'चलनव्यवस्था' होती आणि त्यास आपण 'आधुनिक-पूर्व' चलन संबोधू शकतो. मध्ययुगीन पद्धतीची असली तरी या चलनात प्रसुप्त प्रेरणा जाणवतात. त्यामुळे तिला 'स्थित्यंतराची अवस्था' म्हणता येईल.

ब्रिटिशकालीन चलन :

अष्टीच्या लढाईने मराठी राज्य संपले आणि पेशव्यांचे प्रदेश ब्रिटिशांच्या ताब्यात आले. या नवीन विजयाबरोबर अनेक नवीन समस्या ब्रिटिशांसमोर उभ्या राहिल्या. महाराष्ट्रात ब्रिटिश अंमल प्रस्थापित करून त्यास मजबुती आणण्याची कामगिरी करणाऱ्या एल्फिन्स्टनबद्दल डॉ. राजा दीक्षित लिहितात, "एतद्देशीय व युरोपीय पद्धतींचा मेळ घालून विकसित केलेल्या प्रशासनपद्धतीला सुविहित कायद्याच्या रेखीव चौकटीत बद्ध करताना त्याने परंपरावादाचा उपयुक्ततावादाशी समन्वय साधला. त्याची ही तात्त्विक बैठक समजावून घेतली तर त्याच्या 'नवे काही नको' या मंत्रातच नवतेचे झरे कसे दडलेले होते, याचे रहस्य उलगडू शकत."[९]

या कालखंडातील चलनाचे व तत्संबंधी कागदपत्रांचे अध्ययन वरील विधानास बळकटी आणते. एल्फिन्स्टनने पेशव्यांचे प्रदेश जिंकताक्षणी ब्रिटिश चलन अजिबात लागू केले नाही. उलट आपल्या सहकारी कलेक्टर्सना विविध प्रकारची माहिती गोळा करण्यास प्रवृत्त केले. जमा झालेल्या माहितीच्या आधारे चलन

विषयक प्रश्न टप्प्याटप्प्याने सोडवले. १८३० पर्यंत ब्रिटिशांनी जुन्या चलनावर विशेष करून आक्षेप घेतलेला दिसत नाही. मात्र हे करताना खोट्या अथवा हिणकस नाण्यांबाबत कठोर भूमिका घेतलेली दिसते. सराफ-सावकारांकडून नाण्यांचे विनिमयात्मक बाजारभाव जमा करून पेशव्यांच्या काळातील पुणे-चिंचवड येथे पाडल्या जाणाऱ्या विशेष लोकप्रिय अशा 'अंकुशी रुपया' या चांदीच्या नाण्यास प्रमाण नाणे मानले. हे करताना ब्रिटिशांनीही अंकुशी प्रकारची नाणी उत्पादित केली होती, हेही लक्षात घेतले पाहिजे. कंपनीच्या रुपयाची पारख करून त्यावर छाप मारणे तसेच कंपनीच्या रुपयास बट्टा घेणे या गोष्टींवर बंदी आणली व त्याबाबत 'गुन्हेगारी' हा दंड घेण्याचा बडगाही दाखवलेला दिसतो. नाण्यांवर छाप मारणे, विविध प्रकारांची पारखणी करणे, या गोष्टींशिवाय नाणी ही सुलभपणे प्रचलनात रहावीत अशी चलनविषयक अपेक्षा व्यक्त करून डॉ. बाबासाहेब आंबेडकर अशा चलनास उत्तम चलन म्हणून अग्रक्रम देताना दिसतात. अर्थात या पद्धतीच्या चलनाचा आग्रह ही आधुनिक संकल्पना आहे. ब्रिटिशपूर्व काळात अशी अपेक्षा कोणत्याही मध्ययुगीन, तसेच प्राचीन काळातील राज्यकर्त्याने व्यक्त केलेली दिसत नाही. हा सर्व चलनविषयक विचार चालू असताना एल्फिन्स्टनचा सहकारी पॉटिंजर स्पष्टपणे नोंदवतो की, चलन इ. विषयांच्या नाजूकपणाची, महत्त्वाची त्यास कल्पना होती, या विषयात हस्तक्षेप करण्याची त्याची इच्छा नव्हती; परंतु सावकार मंडळींच्या गैरव्यवहारांमुळे लोकांना जो तोटा होतो, त्या कारणासाठी या प्रकरणात त्याला लक्ष घालावे लागले. या उल्लेखावरून एतद्देशीय गोष्टीत विशेष दखलअंदाजी न करण्याचे एल्फिन्स्टनचे धोरण प्रतिध्वनित होते. तरीही लोकांना होणाऱ्या तोट्यामुळे (म्हणजेच लोककल्याणार्थ) आपण चलनाबाबत सावकारांच्या व्यवहारात लक्ष घालत असल्याचे पॉटिंजरचे विधान महत्त्वाचे आहे. या प्रकारात जरी ब्रिटिशांनी 'लोकांना तोटा होऊ नये' असे म्हटले असले तरी सुरुवातीच्या काळात खुद्द कंपनीलाच देशी सावकारांच्यामुळे फसवणूक होऊन तोटा सहन करावा लागला होता.[१०]

एल्फिन्स्टननंतर सत्तेवर आलेल्या चॅपलिनने चलनाबाबत काही सुधारणा करण्याचा प्रयत्न केला. चलनाबाबत एकसूत्रता आणण्याचा महत्त्वपूर्ण विचार त्याच्या काळातील पत्रव्यवहारात आढळतो.

१८३० सालापासून ब्रिटिशांच्या चलनात व तद्विषयक धोरणात आक्रमकता येताना दिसते. तांब्याच्या ब्रिटिश नाण्यांचा खास आग्रह दिसू लागतो आणि त्यापुढील काळात देशी चलन विविध मार्गांनी प्रचलनातून काढण्याचे प्रयत्न दिसतात. (उदा. देशी चलन विकत घेणे, बदलून देणे इ.) १८३५ पर्यंत ब्रिटिशशासित भारताच्या

तीनही इलाख्यांतील नाणक व्यवस्था स्वतंत्र दिसते, १८३५ सालापासून एकच्छत्री चलन (Uniform Currency) भारतात लागू झाले. त्यावेळी, सोन्याची नाणी बंद करून चांदीचा रुपया हे ब्रिटिश भारताचे एकच्छत्री नाणे मानले गेले. भारतीय चलनाच्या इतिहासातील तसेच भारताच्या इतिहासातीलही महत्त्वपूर्ण घटना म्हणजे हा १८३५ चा एकछत्री चलनाचा कायदा होय. १८३५ च्या नाणकविषयक कायद्याने भारतीय नाणक इतिहासात प्रथमच आधुनिकतेच्या दिशेने उत्क्रांत होणारे राष्ट्रीय चलन लाभले.

भारतातील ब्रिटिश चलनाचा जर आढावा घेतला तर त्यातील उत्क्रांती सहज लक्षात येते. एकछत्री चलनाचा कायदा जरी १८३५ साली झाला असला तरी, ज्याप्रमाणे त्याच्या संकल्पनेची उत्क्रांती १८०६ सालापासून दिसते, तसे तांब्याच्या ब्रिटिश नाण्यांचा इतिहास जरी अगदी १६६५ पर्यंत मागे जात असला तरी १८३५ साली अस्तित्वात आलेल्या तांब्याच्या नाण्यांची (त्या प्रकारची) सुरुवात १७९१ पासून झाली होती.

केवळ जाहीरनामे व कायदा याने चलनाबाबत एकच्छत्रता (Uniformity) येणार नाही, हे ब्रिटिशांना माहिती होते. त्यामुळे तांब्याची नवीन नाणी चलनात आणण्याचे त्यांनी पद्धतशीर प्रयोग केले. सदर पुस्तकाच्या परिशिष्टातील अप्रकाशित कागदपत्रांच्या अध्ययनाने खानदेशात सदर प्रयोग कशा प्रकारे राबविला ते समजते आणि सदर प्रयोग राबविणारी यंत्रणाही समजते.

ब्रिटिशांची चलनविषयक धोरणे फक्त त्यांच्यापुरतीच आणि अत्यंत गोपनीय होती, असे वाटत नाही. कारण पुण्याची रहिवासी असणारी एक दादोबा हरचंदजी प्रभू नामक व्यक्ती, थेट गव्हर्नर इन कॉन्सिल यांचेकडे नवीन ब्रिटिश नाणी चलनात आणण्याची व जुनी नाणी चलनाबाहेर काढण्याची एक अभिनव योजना मांडताना दिसते. १८३६ साली सेवानिवृत्त असणाऱ्या या पुणेकर व्यक्तीचे चलनविषयक आकलन विलक्षण आहे. ही योजना महत्त्वपूर्ण असण्याची 'शक्यता' वर्तवूनही पुण्याचा कलेक्टर, दादोबा हरचंदजीची मागणी, 'बाहेरच्या राज्यातून ब्रिटिशेतर चलन येत राहील', या सबबीवर नामंजूर करण्याबाबत मुंबईस पत्रव्यवहार करतो. तरीही दादोबा हरचंदजीचीच योजना ब्रिटिश खानदेशात व अहमदनगर परिसरात वापरताना दिसतात; पण त्यात देशी वा गैरशासकीय व्यक्तीस कोणतेही स्थान नाही. कलेक्टर्सच्या मार्फत जुनी नाणी खरेदी करून, नवीन ब्रिटिश नाणी चलनात आणण्याचा प्रयत्न केलेला दिसतो.

सदर प्रयोगास संमिश्र यश मिळाल्याचे कागदपत्रांवरून समजते.

चलनाबाबतच्या या सर्व सुधारणा जर बारकाईने अभ्यासल्या तर किमान १९ व्या शतकाच्या पूर्वार्धात चलनाबाबत उत्क्रांतीची एक प्रक्रिया दिसते असे विधान करता येईल. कारण देशी तांब्याच्या चलनाने, विशेषत: शिवराई नाण्यांनी नवीन ब्रिटिश चलनासमोर आव्हान उभारले होते. हा संघर्ष १९ व्या शतकाच्या उत्तरार्धापर्यंत चाललेला दिसतो.

साधारणत: १८४० पासून ते १९४७ पर्यंतच्या नाणकविषयक घडामोडी पाहता त्यांच्यात मूलभूत फरक दिसत नाही. नाण्यांची परिमाणे, धातू, नक्षी, यात जरी बरेचसे 'संग्राहकांच्या दृष्टीने' महत्त्वाचे बदल असले तरी विशेष बदल नाही. या कालखंडातील चलनाला आपण सध्या वापर असणाऱ्या चलनाचे पूर्वसूरी म्हणता येईल.

ब्रिटिशांनी महाराष्ट्रीय चलनात ज्या सुधारणा केल्या त्या केवळ पूर्वीच्या पद्धतीतील दोष दूर करण्याकरता नव्हत्या तर प्रशासनाच्या इतर विभागांच्या सूसूत्रीकरणासोबत आधुनिक पद्धतीची, यंत्रोत्पादित नाण्यांची चलनयंत्रणा राबवून याही बाबतीत सुसूत्रीकरण केलेले दिसते. ब्रिटिशांचे चलनविषयक बदल हे केवळ प्रशासकीय गरजेतून उद्‌भवले नव्हते. ब्रिटिश साम्राज्यवादाचे आर्थिक स्वरूप लक्षात घेता हे बदल अपरिहार्य होते. किंबहुना चलनसुधारणा हेसुद्धा ब्रिटिशांचे धुरीणत्व (Hegemony) प्रस्थापित करण्याचे एक साधन होते, हे लक्षात घेणे आवश्यक आहे. त्यातील सर्वच तपशिलात्मक घटक अभ्यासणे मनोरंजक असले तरी त्यांचा प्रातिनिधिक अभ्यास करून १७ व्या शतकाच्या उत्तरार्धापासून ते २० व्या शतकाच्या पूर्वार्धापर्यंतच्या चलनाचा चिकित्सक अभ्यास मांडण्याचा प्रयत्न या पुस्तकाद्वारे केला आहे.

संदर्भ आणि टिपा

१) डॉ. शैलेन्द्र भांडारे, पेशवाईतील नाणेपद्धती, *संशोधक, वर्ष* ६४, *अंक* ४, डिसेंबर १९९६, धुळे, पृ. ३-२६.

२) शिवकालीन चलनात, शिवकालीन महाराष्ट्रात प्रचलित सर्व प्रकारच्या चलनांचा समावेश होतो. उदा. मोगल, आदिलशाही, निजामशाही, ब्रिटिश इत्यादी श्री. ग. भा. मेहेंदळे यांनी आपल्या ग्रंथात यांचा परामर्श घेतला आहे. पहा: गजानन मेहेंदळे, *श्री राजा शिवछत्रपती- खंड १, भाग २*, पुस्तक पहिले, पुणे, १९९९, पृ. ३३३-३६९.

३) अद्यापपावेतो 'श्री/जगदंबा/प्रसन्न' अशा आशयाच्या लेखाचे १ रुपया परिमाणाचे चांदीचे नाणे उपलब्ध होते. मात्र सदर नाणे शिवरायांचे चांदीचे नाणे म्हणून मानता येईल अथवा नाही याबाबत विद्वानात मतभेद आहेत. मुंबई येथे शासनाची मान्यता घेऊन जुन्या नाण्यांचा एक लिलाव (auction) आयोजित करण्यात आला. दि.१९ एप्रिल २००३, (क्र. ५) या लिलावात एक चांदीचे नाणे मांडण्यात आले. त्याच्या एका बाजूस 'श्री/राजा/शिव' तर दुसरीकडे 'छत्र/पति' असा लेख असून त्याचे वजन ३ ग्रॅम्स आहे. अधिक तपशीलासाठी इंटरनेटवरील पुढील संकेतस्थळ पहा: 5th auction-www.todyauction.com

४) याचा उल्लेख १९ व्या शतकाच्या पूर्वार्धातील ब्रिटिश पत्रांमध्ये आला आहे. उदा. सदर पुस्तकांतील परिशिष्ट क्र.३ मधील ब्रिटिश पत्रातील उल्लेख पाहा. पत्र क्र. ८ पृ. ३०४ ओळ: २४, २५.

५) सदर राजवटींच्या उपलब्ध नाण्यांविषयी अनेक ग्रंथ उपलब्ध आहेत. परंतु सदर राजवटींच्या नाण्यांच्या अद्ययावत सचित्र नोंदीचा अभ्यास करता चांदीचे नाणे पाडल्याचे अद्यापि ज्ञात नाही.

पहा: Dr. Dilip Rajgor, *A Standard Catalogue of the Sultanate Coins of India*, Mumbai, 1995.

६) त्र्यं.शं शेजवलकर, *शेजवलकरांचे लेख, पुस्तक २ रे*, मुंबई, १९५९, पृ.८३.

७) मराठ्यांच्या लष्करी हालचाली व उपलब्ध कागदपत्र, बखरींवरून त्यांची विस्तारवादी भूमिका स्पष्ट होते. उदा. अटक जिंकल्यानंतर 'रूमशाम

येथे स्वराज्य करण्याची उमेद' असे उल्लेख आढळतात.
पहा: य.न. केळकर, *महाराष्ट्र इतिहास मंजिरी*, पुणे, पृ. २७६-२७७.

८) टांकसाळीशी संबंधित मूळ सनदेसाठी पहा: Sarala G. Deshpande, *'Currency, Banking and State Finance under the Peshwas'*, Thesis Submitted for the Degree Ph.D. (History), University of Pune, (Unpublished), Pune, Sept. 1989, pp.26-27.

९) श्री.म. तथा राजा दीक्षित , *१९ व्या शतकातील महाराष्ट्र: मध्यमवर्गाचा उदय*, पुणे विद्यापीठाच्या पीएच. डी. (इतिहास) पदवीसाठी सादर केलेला प्रबंध, (अप्रकाशित), पुणे, मार्च १९९८, पृ.२५८.

१०) R.D. Choksey (ed.), *The Period of Transition*, Pune, 1945, p.VIII.

❑❑

परिशिष्ट क्र.१

१९व्या शतकाच्या पूर्वार्धात तत्कालीन बाजारपेठांतील विविध नाण्यांची, कंपनीच्या नाण्यांबरोबर विनिमयात्मक मूल्य दर्शविणारी दरपत्रके.

अ.१०० कोरे अंकुशी रुपयांबरोबर

रु.	पा.	रे.	
१०१	०	०	सुलाखी अंकुशी
१०१	०	०	निर्मळ चांदोरी
१०२	०	०	सुलाखी चांदोरी
१०१	२	०	निर्मळ जरीपटका
१०२	२	०	सोलाखी जरीपटका
१०५	०	०	निर्मळ बारीक बेलापुरी
१०६	०	०	सोलाखी किंवा मोठा बेलापुरी
१०१	०	०	कोरा वाबगामशी (हे नाणे वाफगावी रुपया होय. कर्वे यांनी नजरचुकीने सदर शब्द लिहिला आहे.)
१०२	०	०	सोलाखी वाबगामशी
१०५	०	०	कोरा चांभारगोंदी
१०६	२	०	छापी चांभारगोंदी

मुंबई सरकारकडून मान्यताप्राप्त दरपत्रक, १३ नोव्हेंबर, १८२०

ब. उपजिल्हाधिकारी क्रॉफर्ड याचे संभावित दराबाबत पॉटिंजरला पाठविलेल्या २२ एप्रिल १८२३,चे पत्रातील दरपत्रक

रुपयाची नाणी	रु.	कोरे किंवा अंकुशी रुपये
कोरा अंकुशी	१००	१००
निर्मळ छापी	१०१	१००
जुने छापी	१०१.३	१००
झोरा चांदोरी कोरा	१०१	१००
झोरा छापी कोरा	१०२	१००
वगाव (वाफगाव) कोरा	१०१	१००
वगाव (वाफगाव) छापी	१०२	१००
जरीपटका कोरा	१०१.२	१००
जरीपटका छापी	१०२.२	१००
बेलापुरी कोरा	१०५	१००
बेलापुरी छापी	१०६.२	१००
चांभारगोंदी कोरा	१०५	१००
चांभारगोंदी छापी	१०६.२	१००
नानाशाही कोरा	१००	१००
नानाशाही छापी	१०१	१००
कंपनी ऐन	९२.२	१००
कंपनी छापी	८९.३	१००
शानपुरी	१०१.२.५०	१००
श्रीसिक्का	१०१.०.३४	१००
नारायण पेठ	१०५.०.६०	१००

क.

क्र.	नाण्याचे नाव	संख्या	रुपये, आणे Quarters व Reas
	सोने		
१.	बहादरी पॅगोडा	१	३.३.१७
२.	सुलतानी पॅगोडा	१	३.३.१७
३.	बोले इकेरी पॅगोडा	१	३.३.१७
४.	राजाराम पॅगोडा	१	३.२.८७
५.	बेंगलोरी पॅगोडा	१	३.२.८७
६.	दारवार पॅगोडा	१	३.३.००
७.	स्टार पॅगोडा	१	३.२.००
८.	सुरती मोहोर	१	१४.०.००
९.	सातारा पॅगोडा	१	३.१.००
१०.	सावनूर पॅगोडा	१	३.०.८१
११.	वेंकटपुट्टी पॅगोडा	१	३.१.५०
१२.	मोहमदशाही पॅगोडा	१	३.१.५०
१३.	दुर्गी पॅगोडा	१	३.२.२५
१४.	जमशेरी पॅगोडा	१	३.२.२५
१५.	हरपनहळ्ळी पॅगोडा	१	३.१.७५
१६.	तिम्मनायडी प्रताप	१	४.०.२५
१७.	कोंताराई फॅनम	१	१.१७.००
	चांदी		
१८.	कंपनी रुपये	१	१.०.०
१९.	पुंडेचरी (फुलचेरी) रुपये	१	१.०.०
२०.	पुंडेचरी सुलाखी	१	०.३.९०
२१.	कंपनी सुलाखी	१	०.३.९०
२२.	ऐन सिक्का रुपया	१	०.३.६९
२३.	सुलाखी सिक्का रुपये	१	०.३.६७
२४.	फुटका अंकुशी रुपया	१	०.३.६३
२५.	शाहपुरी रुपया	१	०.३.६३

क्र.	नाण्याचे नाव	संख्या	रुपये, आणे Quarters व Reas
२६.	मुदवारी रुपया (मुधोळी)	१	०.३.८८
२७.	सुरती रुपया	१	०.३.८१
२८.	बेलापुरी रुपया	१	०.३.४४
२९.	ऐन अंकुशी रुपया	१	०.३.६९
३०.	सुलाखी रुपये	१	०.३.६५
३१.	तुरा चांदोरी	१	०.३.६५
३२.	तुरा चांदोरी सुलाखी	१	०.३.६१
३३.	वाफगाव रुपया	१	०.३.६५
३४.	श्री सिक्का रुपया	१	०.३.६५
३५.	शंभु पीरखानी रुपया	१	०.३.२५
३६.	झांबुर्णी	१	०.३.२५
३७.	क्वॉर्टर स्टार पॅगोडा	१	०.३.५०
३८.	नारायण पेठ पॅगोडा	१	०.३.५०
३९.	मुधोळी पॅगोडा	१	०.३.००
४०.	गोविंदबक्ष पॅगोडा	१	०.३.१३
४१.	मिरजी पॅगोडा	१	०.३.१८
४२.	निपाणी पॅगोडा	१	०.२.८१
४३.	अर्धा स्टार पॅगोडा	१	१.३.००
४४.	आलमानी नकराऊ	१	२.०.००
४५.	पन्हाळी	१	०.२.५०
४६.	निलकंठी	१	०.३.३७
४७.	वावी सिक्का	१	०.३.५६
४८.	मद्रास फॅनम	१	०.०.३१
४९.	शाई पैसा	१	०.०.८
५०.	वसई पैसा	१	०.०.५

टीप : 'अ' हे दरपत्रक, चिं.ग. कर्वे यांच्या 'महाराष्ट्रातील ब्रिटिश राजवटीची पहिली घडी' यातून तर, 'ब', 'क', 'ड' ही दरपत्रके, Dr. R.D. Choksey यांच्या 'The Period of Transition' या ग्रंथातून घेतलेली आहेत.

ड.

क्र.	नाण्याचे नाव	संख्या	कंपनी रुपये
१.	बहादरी पॅगोडा	१४२	५३८.०६.०८
२.	कंपनी रुपये	०८७	०८७.००.००
३.	सुलाखी सिक्का	२१८	१९०.१२.१२
४.	शाहपुरी रुपये	४०७	३५६.०२.००
५.	सुलाखी चांदोरी	०७१	०६२.०२.००
६.	बेलापुरी रुपये	००२	००१.१०.०६
७.	मिरजी हुकेरी रुपये	०३२	०२६.००.००
८.	शंभू पीरखानी रुपये	०१८	०१४.०१.००
९.	बिन चिंदोरी रुपया	००१	०००.१४.०३
१०.	सुरती रुपये	०६२	०५९.०१.०६
११.	सुलाखी रुपये	००२	००१.१४.०६
	एकूण रु. ७९९.९.९ + रु. ५३८.६.८ = १,३३८.००.०५		

गदग, ३१ जानेवारी, १८३१.

परिशिष्ट क्र.२

चलनाशी निगडित निवडक पत्रे

परिशिष्ट क्र.२, पत्र क्र.-१ No. 59

Secretarial Department
Finance, Mint.

To,
M.M. Mathew Esquire
Chief Secretary of Govt.

Sir,

I am directed by the Mint Committee to request that you will bring to the notice of the Right Hon. the Governor in Council that they learn how the Accountant

General that there is now in the general treasury a sufficient amount of the new copper currency

of its introduction into another collector and that they would in consequence respectfully recommend it being next introduced into that of Candush, adopting on this occasion similar measures to those pursued in establishing the new currency at Poona Dharwar.

The collector of Candush in a letter to the Sub Treasurer dated July 11th 1831 a copy of which was forwarded to the Mint committee estimates that from (25,000) twenty five thousand to (50,000) fifty thousand Rupees worth would be sufficient at first. And the committee would therefore request that the latter amount in due proportion of Half Annas Quarter Annas and he be transmitted to Candush from the General Treasury as soon as it may be found Convenient to do so,

Bombay Mint
Cominus office,
July 4th 1836

I have the
Honor to be
Your most obedient,
Servant
Henry

Secretary Mint Committee

Proclamations 187

Secretarial Department
Finance Mint.

The Right Honorable the governor in Council is pleased to declare that from the 1st July of November 1836 the new copper coinage as announced in the proclamation of the 29th November 1830, should be the legal copper currency (?) throughout the districts of the collectorate of Candush and that no others will be received by the Government officers.

For the convenience of the public the collector of Candush has been authorized to establish stations in the different talooks where the new half and quarter annas and price will be exchanged till the 31st Jan 1837 for good price of old copper currency at rates to be fixed by the collector according to the market value.

A/O ____ of 5 percent will be given for ___ not less than fifty / 50 rupees in good price of the old currency, which may be brought to the talook treasuries and any other place which the collector may appoint for the purpose to be exchanged for half and quarter annas and price of the new currency. The collector is however authorised (?) to grant this permission for any sum not less /20/ twenty rupees may be brought into villages ten miles distant from a large town.

The permission of 5 percent will be allowed until the 30th of January 1837, Unless ___ wishly ordered otherwise.

By order,

Bill

14th July 1836

Pg. No. 187 & 188

1836
Mint Cons. Aliry

Dated 14th
Head 20th July 1836
No. 234 & 35

परिशिष्ट क्र.२, पत्र क्र.-३ 189-190-191

No.521 of 1836

Secretrial Department
Finance Mints

To,

The Collector of Candush

Sir,

With reference to my letters No. 146 dated the 23rd February 1833, I am instructed to acquaint you that D & b collectorates having been supplied with the new copper currency the Right Honourable the Governer in council has resolved that it shall be now introduced into the Districts under your charge.

The such treaures have accordingly been instructed to consign to you as early as practicable, a supply of the new coins of the descriptions mentioned in the margine to the extent of Rupees fifty thousand and you are requested to introduce them into circulation in the mode prescribed in the accompanying proclaimation. Which will be published in the Govt. Gazette declaring the new copper coin the legal copper currency of the candush collectorate from 1st of November 1836. The superintendent of the Govt. Press has been instructed forward to you for distribution 3,000 copies of this proclaimation and of that of the 12th October 1831.

You will be pleased to report the rate at which you would propose to receive the old price in exchange; and to fix the station where the new price will be distributed. They should, I am desired to observe be sufficiently to enable the to get rid of the whole of the old price without difficulty within the period mentioned in the proclaimation .

I am instructed also to authorise to entertain such small additional establishments as may be necessary to carry these orders into effect reporting the expence with which it may attended you will likewise report what additional quality you Rs.50,000 will require of the new coin beyond the consignment of Rupees Fifty Thousand which has now been ordered

Thank you

14th July 1836

	Rupees
Half annas	10,000
Quarter annas	30,000
Pais	10,000
Rupees	50,000

परिशिष्ट क्र.२, पत्र क्र.-४ No 522 of 1836

Secretarial Department
Finance Mint.

To,

The Civil Auditor

Sir,

I am directed by the Right honourable the Govt. in council to acquaint you that as it has been resolved to introduce the new Copper Currency into the Candush Collectorate, the sub treasurer has been authorised to send to the collector of that Zillah, a consignment of the new coin of the description and to the extent mentioned in the Rupees margine.

Thank you.

	Rupees
Half annas	10,000
Quarter annas	30,000
Pais	10,000
Rupees	50,000

14th July 1836

No 523 of 1836

To the Accountant General

1836
Mint committee

Dated 14th July 1836
Head to

परिशिष्ट क्र.२, पत्र क्र.-५ No. 524 of 1836

195-196
Secretarial Department
Finance Mint

To,

The acting Sub Treasures

Sir,

I am directed by the Right Honourable the Governor in Council to instruct you to forward to the collector of Candush a consignment of the new copper currency of the descriptions and to the extent mentioned in the margin. The new coin will not become the legal copper currency of the Candush collectorate till the 1st September but you are requested to send the supply as early as practicable.

Thank you,

B.G.

14th July 1836.

1836

Mint Committee

Dated 14th

Head 20 July 1836

No.237.

परिशिष्ट क्र.२, पत्र क्र.-६

205-206

Secretarial Department

Finance Mint

To,

Mr. H Walter Daraeri,

Chief Secretary of Government, Bombay

Sir,

In reply to your letter of the 14th instant I beg to state that the pise called Doollab Shaee is the only copper coin current in Candush with a few exceptions not worth notice where a few ìSewraeeî and some foreign pise pass.

I propose taking the ìDoollab Shaeeî or ìDabooî as to be called at rate of forty pes Rupee which is the same rate at which the collector of Ahmadnagar, agreed new coin 80/ that is to say he reasine Eighty Sewraees which coins is exactly half the value of the Dabboo and as I saw to be that this seals succeeds in Ahmadnagar. I have determine to use the same in Candush

They to be supplied with twenty thousand rupees worth of pais instead of ten thousand noted in the margin of your letter under reply and in correlation to remark that the sooner the copper coin is transmitted to me the better.

M.P. Boga

Collector

Collector of Candush

Office Dhooliah

26 July 1836

परिशिष्ट क्र.२, पत्र क्र.-७

197-198

To,

The Right Honorable Sir R. Grant G.C.H.
Governor and president in Council
The humble Petition of Dadoba Harrychandjee Purbhoo,
a Pensions and inhabitant of Poona.

Most humbly Sheweth,

That yours petitioner begs to make the following proposal related to the collection of old copper pies and for introducing into the city and adjacent villages the new copper currency and the consideration of your Honorable Board thereon.

That inconsequence of the price of the old copper coin, the exchange of it for the silver Rupee has considerably increased; which circumstance is a considerable drawback to the introduction of the new coinage, and unless some measure is adopted for bringing in the old copper coin into the public treasury, it will continue for a long time the only currency exchangeable in the city of Poona and its suburbs.

Your petitioner accordingly begs to offer himself as a contractor to bring into the treasury the old copper currency and to have the exclusive form of the some for three years.

That herewith give security to the extent of ten thousand Rupees for the fulfillment of his contract and for any advances he may receive.

That he will pay into the Company Treasury through the Principal Collector the some value of copper currency for the Rupee as it procurable in the Bazar.

That he will sell the new copper currency at the Bazar rates in the city.

That advances in silver and copper currency to the extent of six thousand rupees should be given to him as occasion may require during the year; which sum in old copper currency and silver will be paid within the said year.

That the former will pay monthly once into the treasury. The amount of Rupees he may exchange for new copper pice and old copper pice which he may get in exchange for the silver Rupees.

That for the trouble and expense incidental to effecting the above Governance must grant to your petitions monthly for the payment he may make into the principal collectors treasury 2 and $1\frac{1}{2}$ percent upon the gross sum.

The measure above proposal could be only introduced gradually and adventure will be attended with increasing the value of the old copper currency and effecting a reduction of the present price.

Yours petitions earnestly in treats your Honorable Boards considerations to the above and prays that the form may be conferred upon your petitioner.

Poonah ____ And he as in duty bound will ever ____

pray

18 June 1836 Dadoba Hurrychandjee P.

The P. collector of Poona is requested to his opinion and report on this petition relating how far the ____ of copper currency. Therein told is true and what remedy he would suggest for the evil. He would suggest for the evil. He will also be pleased to state his opinion generally of the plan proposed by the petitions.

By orders of the Right

Poona

22nd June 1836 Honorable the

Acting

Honorable the Governor

The principal collector having called the petitioner before him, has been informed by him that his plan is to buy up the old copper pice and pay it into the treasury in exchange for silver. He thinks by withdrawing the old pice from circulation trouble he solicits remuneration at the rate of $2\frac{1}{2}$ percent.

Were the market not constantly supplied with old copper pice from foreign countries. The plan of the petitioner might be worthy of consideration, but the correspondence which I had under date 16th ultimo, the honor to forward to government will show the Right Honorable

Governor that the coinage of copper price is going on at Kurkum belonging to the Patwardhan family. So long therefore as any of the old copper coinage is imported into this and other zillahs. It would be a useless expenditure of the public money to employ the petitions in the manner he has solicited and therefore I cannot recommend his request being complied with.

The principal collector is not aware of there being any scarcity of copper price in the country, but if there were, there is a large supply of the new copper money in the treasury which would soon find its way into the market.

It is pretty evident that the petitioner wishes to be merely the agent of the government and were he to be employed and to receive $2^1/_2$ percent, it is not likely that he would be eves anxious to withdraw specially from circulation the old copper price from the purchase of which, he would gain his livelihood.

Poona 1st July 1836

Michael Mully
Principal Collector

Margin - The letters referred to, by the pl. coll. is with the R.H. the Governor to whom this ?.

1836

Mint cons 1

For the reasons stated by the pl coll. as well as for others that readily present themselves the prayer of this petition should be negatived

Dated 12th June1836
Prepaired 19th July 1836
Read 20th July 1836

Poona Petr.
Introduction of currency.

No.249230.

परिशिष्ट क्र.२, पत्र क्र.-८ 303 - 304

No. 62 of 1836 Secr. Dept. / finance Mint

To

E.H. Townsend Esquire,

Acting Sec. To Govt. Bombay.

Sir,

I beg to submit some remarks, in obedience to the order of the Mr. Sec. Mathews letter dated 21st May 1835 requiring from this office report, on the state of Copper Currency.

It seems admitted an all sides that the orders and measures of Govt. introducing the new Copper Coinage have failed, except Salsette and Caranjah, where Bombay pice have been the currency for years. Its use seems to be confined almost entirely to the payers of revenue and customs and to Govt. servants. A small proportion is forced by three classes into circulation, and something more to done by paying a portion of public salaries in the new copper.

But it is the interest of all consumers to continue the old currency of which at least one fifth more goes to the rupees than of the new coin (Note by old currency, I mean the Seevrye or Maratha Coinage). Shroffís make largely by it in changing silver money, there is always fluctuation enough in the rates to allow them profit; and I have it on good authority that many of them make 12 pice in taking and 12 more in selling, or 30 percent, on every rupeeís worth of the new coin that passes through their hands, most excessive usury in die-cutting, are would thing great scarcity of the new coin. Buyers in the market obtain 15 percent more of all articles of ordinary domestic use and sellers hardly feel any loss; for with the same old copper which they take in trade, do they go to market for every thing in which they do not deal themselves. Coppersmiths also and braziers prefer the old coin to melt when it is cheap. In short, by general consent, arising apparently out of almost general advantage the old currency is preffers to the new one. The avarice of the Saukars the previous habits and experience of the people but the intrinsic superiority of the old copper, both in weight and quality, all circumstances strongly opposed to the introduction of the new currency.

परिशिष्ट क्र.२, पत्र क्र.-८

Except by traders, copper is the money universally used. It is a main item of currency among the community; and so long as the old pice and the new ones command nearly an equal value of commodities, and a rupee buys from 74 to 80 of the one and only 64 of the others, it is not to be expected that the latter will be willingly acceptable.

The measure of buying up the old coins at a premium failed; foreign coppers seems to have been imported as fast as the others was purchased and, till importation is quite stopped, all other measures must fail. I believe the coining of copper pice had lately been stopped in the principalities subordinate to the Bombay Presidency, as well as those of Angria and Hubshee in this Division: but much is said still to come in from the territories of Scindia, Holkar, and the Nizam; and until foreign coinage shall be assimilated to our this evil to likely to continue.

Mr. Giberne's letter of 10th January 1834 contains valuable suggestions, some of which have been accepted by Govt.; but still the Proclamation required is deferred. The hesitation may have arisen from a doubt how far it consistent wiht British equity to force on the people a currency so much below the market value of the metal as the new coinage plainly is. But copper is a commodity of very fluctuating quality. The market value has fallen, I am informed, 25 percent is the last 10 years and it may be very difficult to settle the point of intrinsic value at which such currency should be stumped.

Native mints should be stopped, where it is possible or made to coin the same description of copper as our own. Importation of foreign copper, from stated over, which our control is imperfect, should be made penal, and the article itself declared contraband and illegal. Old pice should be bought up and new ones exchanged for old, at an effective profit to the dealer on each transaction. This could cause no less to Govt. the new coinage being far below its market value; and so intrinsically inferior to the old. The scarcity resulting from these measures could bring the two denominations to par. People would naturally prefer the new coin, finding them as cheap as the old, and the old coins would vanish of themselves. These measures adopted simultaneously it is believed would have the desired effect.

When the old price become scare their value rises to that of the new ones; as has been proved by Mr. Giberneg and as might be expected from the laws of things.

For a limited period say from two to six months the old and new coin might be declared of equal value: shroffs being allowed to charge one pie on every rupee they changed, after which, the altering an old copper might be declared illegal and highly penal, the informs to have all the illegal coin he could point out. This could induce shroffs and dealers to disimp their old coin and seem (?) a share of the new currency. The mere proportion of incurrent pice might be made final and, it being easy to melt it, there would be no great hardship in this.

The custom farmers for their own benefit, I believe, take only the new pice; but this practice should be made imperative. Govt. having deliberately determined on establishing one universal denomination of copper currency, all legal means should be put in execution to provide against counteraction from any quarter and it seems a very general opinion among the native, that, without compulsion, the object will hardly succeed. The saukar and perhaps the Brazies, may suffer from the entire removal of the old and variable currency it is my own opinion that consumers in general, whose daily expenditure is in copper, will also lose, at least for a time, but the measure is one of state and natives wonder compulsion is not resorted to at once.

I have the honorable Sir to be your most obedient servant

Signature - acting collector

309-310

Since writing the foregoing Remarks, I have had the advantage of personal communication with a Gentleman whose mind is much exercised on these subjects and whose speculations generally go to the very root of the matter and I am induced to add a summary of his opinion.

He considers is essential to the introduction of the new currency that protected states should be made to win pice of the same component value to the rupee as our own new pice. That all importation of foreign pice should be made illegal and severely punished. That we should come down in our valuation and take old pice for new ones-64 of one for 64 of the other- a proceeding by which we should gain additional copper contained in the old above the new coin, but requiring to be supported by the strongest prohibition against the manufacture of old pice; as otherwise, we should only hold out a premium to the native pice holders.

He states that the importation of copper into Bombay during the last five years has been enormous.

In 1830, the copper imported was- 520 Tons

1831, it was - 1317 Tons
1832, it was - 1067 Tons
1833, it was - 1478 Tons
1834, it was - 923 Tons
1835, it was - 2346 Tons

of which at least 1/3 is made into pice; and he also states, as to the fluctuation in the market value of copper, that it has fallen 50% in the last 20 years and is likely to fall still lower, owing to flourishing condition of the carnool mines. In1816 copper was at 80 Rupees a got, it is now 40 Rupees.

Natives, he says, thinks that the large and unrestricted importation of copper tempts native states and saucer to compete with each other which shall sell most pice for the Rupee and as in Bombay or ever in Poona copper enough can be bought for $1^1/_4$ Rupees to make 96 pice, intrinsically equal to the new coin, 16 pice on every rupees worth of copper so wined is given to the public.

The legal value of the new pice is all this moment 60% above its market value that of the old pice, which are generally to be bought in the market at the same price as saw copper to the Govt. standard, the only made apparent is to tax copper an importation to an extent to the difference. People, then, finding old pice cheaper than new copper, would by it in preferences, for utensils, and so absorb the old currency or old copper would rise to par with the new; and that point attained, the new would naturally be preferred to the old. The tax should last only till the absorption of the old pice was effected and should be 50 per advaloren.

acting collector

Punnah

Collector Office
13th June 1836

निवडक संदर्भ – साहित्यसूची

(प्रत्यक्ष नाण्यांव्यतिरिक्त वापरलेली अन्य साधने)

मूळ साधने

(मराठी)

१. आचार्य बा.बा., मो.वि.शिंगणे, *मुंबईचा वृत्तांत* – नाईक बापूराव (संपा.), महाराष्ट्र राज्य साहित्य संस्कृती मंडळ, मुंबई, १९८२.

२. खरे ग.ह. (संपा.), *शिव–चरित्र–वृत्त–संग्रह, ३ रा खंड:फार्सी विभाग*, भा.इ.सं.मं. स्वीय ग्रंथमाला क्र. ५३, पुणे,१९४१.

३. जांभेकर गणेश गंगाधर (संशोधक व संपादक), *पश्चिम भारतातील नवयुगप्रवर्तक आणि आधुनिक महाराष्ट्राचे जनक आचार्य बाळ गंगाधरशास्त्री जांभेकर (१८१२–१८४६) यांचे जीवनवृत्त व लेखसंग्रह, शताब्दी स्मारक ग्रंथ, खंड २*, प्रकाशक: ग.गं.जांभेकर, पुणे,१९६०.

४. जोशी शं.ना. (संपा.), *कृष्णाजी अनंत सभासद विरचित छत्रपति श्री शिवाजीराजे यांची बखर*, प्रकाशन, पुणे,१९६०.

५. जोशी शं.ना. , *संभाजीकालीन पत्रसारसंग्रह*, भारत इतिहास संशोधक मंडळ पुणे,१९४९.

६. देशमुख गोपाळ हरि (लोकहितवादी), समग्र वाङ्मय – पारीख गोवर्धन, पारीख इंदुमती (संपा.), लोकहितवादी : समग्र वाङ्मय, खंड १, महाराष्ट्र राज्य साहित्य संस्कृति मंडळ, मुंबई, १९८८.

७. फडके य.दि. (संपा.), *महात्मा फुले समग्र वाङ्मय*, महाराष्ट्र राज्य साहित्य संस्कृति मंडळ, मुंबई, १९९१.

८. बेडेकर दि.के. (संपा.), *चार जुने मराठी अर्थशास्त्रीय ग्रंथ (१८४३–१८५५)*, पुणे, १९६९.

९. नी. वि. सोवनी (संपा.), *न्या.मा. गो. रानडे यांनी दिलेली व्यापारासंबंधी व्याख्याने (१८७२–७३)*, पुणे, १९६३, पृ.६–१८.

१०. रघुनाथाध्वरी पंडित, *राजव्यवहारकोश*, मुंबई, १८६०, पृ.४.

मूळ साधने

(इंग्रजी)

अप्रकाशित

१. *Mumbai Archives: Bombay Mint Records*, year 1836.

प्रकाशित

१. Joshi Ganesh V., *Writings and Speeches of Hon-Rao Bahadur G.V. Joshi,* Publisher Dinkar Ganesh Joshi, Pune, 1912.

२. *Miscellaneous Writtings of the late Honíble Mr. Justice M.G. Ranade,* Publisher Ramabai Ranade, New Delhi, 1992.

३. Wad G.C. and Marathe K.B., *Selections from The Satara Rajas and The Peshwas Diaries,* Deccan Vernacular Translation Society, Poona,1911.

Gazetteers

१. Gazetteer of the Bombay Presidencey,

i) Ahmednagar District, Vol. XVII,1884.
ii) Khandesh, Vol. XII, 1884.
iii) Sholapur District,Vol. XX, 1884.
iv) Thane District, Vol. XIII, 1882.

२. Bombay Gazetteer,

i) Nasik District, Vol. XVI,1883.
ii) Konkan, Janjira, Vol. XII, 1884.

(मराठी)

१. मुंबई इलाख्याचे ग्याझिटीअर, पुस्तक २४, कोल्हापूर, १८९०.

दुय्यम साधने

(अ) अप्रकाशित प्रबंध

मराठी

१. दीक्षित श्री.म.(राजा), '१९ व्या शतकातील महाराष्ट्र: मध्यमवर्गाचा उदय', पुणे विद्यापीठाच्या पीएच.डी. (इतिहास) पदवीसाठी सादर केलेला प्रबंध, पुणे, मार्च १९९८.

इंग्रजी

१. Deshpande Sarala, 'Currency, Banking and State Finance under the Peshwa', Thesis Submitted for the Degree of Ph.D. (History) University of Pune, Pune, September,1989.

२. Ranade Pandharinath, 'Maharashatra under the company 1818-1858 (A study of Political Transformation)', thesis submitted for the degree of Ph.D (History) University of Pune, Pune, 1971.

३. Singh Meera, 'Willam Chaplin: Commissioner of Deccan (A study of the British Revenue and Judicial Policies in Deccan 1818-1826)', Thesis submitted for the Degree of Ph.D. (History) University of Pune, Pune, September, 1985.

(ब) ग्रंथ (मराठी / हिंदी)

१. आठवले सदाशिव, *उमाजीराजे मुक्काम डोंगर,* कॉन्टिनेन्टल प्रकाशन, पुणे, १९९१.

२. आवळसकर शां.वि., *नागाव आर्थिक व सामाजिक जीवन, १७६०-१८४०*, गोखले अर्थशास्त्र संस्था, पुणे, १९६२.

३. इतिहाससंशोधक शं.ना. जोशी सत्कार समिती (संपा.), *मराठेकालीन समाजदर्शन*, अनाथ विद्यार्थी गृह प्रकाशन, पुणे, १९६०.

४. उपाध्याय विश्वमित्र, *लोकगीतों में क्रांतिकारी चेतना*, प्रकाशन विभाग, सूचना आणि प्रसारण मंत्रालय, भारत सरकार, नवी दिल्ली, १९९७.

५. कर्वे चिं.ग., *महाराष्ट्रातील ब्रिटिश राजवटीची पहिली घडी*, प्रसाद प्रकाशन, पुणे, १९५७.

६. केळकर य.न.(संपा.), *महाराष्ट्र इतिहास मंजिरी*, चित्रशाळा प्रकाशन, पुणे.

७. कुलकर्णी म.रा., *पेशवाईतील न्यायदान*, मानसन्मान प्रकाशन, पुणे १९९८.

८. खरे ग.ह., *मंडळातील नाणी*, भारत इतिहास संशोधक मंडळ, पुणे, १९३३.

९. खरे ग.ह., *संशोधकाचा मित्र*, पहिला भाग, भारत इतिहास संशोधक मंडळ, पुणे १९५१.

१०. वि.गो. खोबरेकर, *इंग्रजी सत्तेविरुद्ध महाराष्ट्रातील सशस्त्र उठाव १८१८-१८६०*, पॉप्युलर प्रकाशन, मुंबई, १९५९.

११. खोबरेकर वि.गो., *मराठा अंमलाचे स्वरूप*, शिवाजी विद्यापीठ प्रकाशन, कोल्हापूर, १९८८.

१२. गाडगीळ ध.रा., *पुणे शहरातील महाजन व नगरशेठ*, गोखले अर्थशास्त्र संस्था, पुणे, १९६२.

१३. गोखले रा.म., *भारताचा आर्थिक इतिहास (१७५०-१९४७) भाग दुसरा*, कॉन्टिनेन्टल प्रकाशन, पुणे, १९७७.

१४. गोडबोले वा.ना., घोरपडे वि.ह. , *रुपया अर्थात आमचे चलन*, सिद्धेश्वर छापखाना, कोल्हापूर, १९२२.

१५. चापेकर ना.गो., *पेशवाईच्या सावलीत,* भारत इतिहास संशोधक मंडळ पुरस्कृत ग्रंथमाला, पुणे,१९३७.

१६. जोशी अरुण. रा., गोविंद बाबाजी जोशी (वसईकर) एक उपेक्षित समाजसुधारक, मराठी ग्रंथ संग्रहालय, ठाणे,१९८१.

१७. जोशी शं.ना., *मराठी राजवटीतील काही घाटमार्ग व चौक्या,* भारत इतिहास संशोधक मंडळ, पुणे, १९५३.

१८. झा डी. एन्. (मराठी अनुवाद पारधी मा.कृ.), प्राचीन भारत ऐतिहासिक रूपरेखा, प्रकाशिका सौ शोभादेवी क्षीरसागर, पुणे, २००२.

१९. दीक्षित म. श्री., *एकोणिसाव्या शतकातील महाराष्ट्रः एक दृष्टिक्षेप,* प्रकाशक म. श्री. दीक्षित पुणे, १९८६, पृ.९.

२०. दीक्षित राजा., *इतिहास, समाजविचार आणि केशवसुत,* लोकवाङमयगृह प्रकाशन, मुंबई,१९९३.

२१. वि.वा. नाटेकर, *माउन्ट स्टयुअर्ट एलफिन्स्टन यांचे चरित्र भाग २,* पुणे.

२२. पंडित नलिनी , *महाराष्ट्रातील राष्ट्रवादाचा विकास,* मॉडर्न बुक डेपो, पुणे, १९७२.

२३. ब्रह्मे सुलभा (संपा.), *ध. रा. गाडगीळ लेखसंग्रह, खंड १,* गोखले अर्थशास्त्र संस्था, पुणे, १९७३.

२४. भावे वा.कृ., *पेशवेकालीन महाराष्ट्र,* भारतीय इतिहास अनुसंधान परिषद, नवी दिल्ली,१९७६.

२५. मेहेंदळे ग.भा. '*श्री राजा शिवछत्रपती* ', भाग १, भाग २ डायमंड पब्लिकेशन्स २००७.

२६. शेजवलकर त्र्यं.शं., *शेजवलकरांचे लेख,* पुस्तक २ रे, ह.वि. मोटे प्रकाशन, मुंबई, १९५९.

(क) संशोधनपर लेख (मराठी)

१. ना.गो. चापेकर, 'खासगीवाल्यांच्या हिशोबांचे मंथन', *भा.इ.सं.मं. त्रैमासिक, खंड १, क्र २-३,* पुणे, ऑक्टो.१९२०, जाने.१९२१.

२. चं.बा.जोशी , 'दीक्षित पटवर्धन यांचे पेढीचा व्यवहार', *भा.इ.सं.मं, त्रैमासिक, खंड १६, क्र.१,* पुणे,१९३५.

३. प्रभुणे पद्माकर , 'आवटी अभ्यास: एक दुर्लक्षित नाणकशास्त्रीय पैल', *भारतीय इतिहास आणि संस्कृति-त्रैमासिक, मुंबई, जुलै-सप्टेंबर, २००४.*

४. भांडारे शैलेन्द्र , 'पेशवाईतील नाणेपद्धती', *संशोधक त्रैमासिक वर्ष ६४, अंक ४,* डिसेंबर १९९६, धुळे.

५. वाघ दि. मु., 'मराठी सत्तेच्या उदयास्ताची भौगोलिक मीमांसा', *भारत इतिहास संशोधक मंडळ त्रैमासिक, वर्ष ६२, अंक-१-४,* पुणे, जुलै१९८३-ऑक्टो.८३, जाने ८४- एप्रिल८४.

(ड) दुय्यम साधने (इंग्रजी)

१. Alavi Seema (ed.), *The Eighteenth Century in India*, Oxford University Press, New Delhi,2002.

२. Dr. Ambedkar Babasaheb, History of Indian Currency and Banking, Vol.1, in V. Moon (Compiled), *Dr. Babasaheb Ambedkar, Writings and speeches. Vol.6*, Government of Maharashtra, Mumbai,1989.

३. Chakravarty Dipak, *Nineteenth and Twentieth Century Coins of India*, Hobby Publication, Calcutta, 1979.

४. Chopra P.N., Puri B.N., Das M.N., *A Social, Cultural and Economic History of India*, Macmillan Publication, Mumbai, 1974.

५. Choksey R.D., *Malwan Residency*, Publisher R.D. Choksey, Pune,1956.

६. R.D. Choksey, *The Period of Transition,* Publisher R.D. Choksey, Pune, 1945.

७. Choksey R.D. (ed.), *Twilight of Maratha Raj 1818*, Publisher R.D. Choksey, Pune,1976.

८. Coyajee J.C., *The Indian Currency system - (1835-1926)*, University of Madras Publication, Chennai, 1930.

९. Divekar V.D., *Survey of Material in Marathi on the Economic and Social History of India*, Bharat Itihas Samshodhak Mandal, Pune,1981.

१०. Gordon Stewart, *The Marathas 1600-1818*, Cambridge University Press, New Delhi,1988.

११. Gupta P.L., Hardaker T.R., *Ancient Indian Silver Punchmarked Coins of the Magadha-Maurya Kãrshãpana Series*, Indian Institute of research in Numismatic Studies, Anjaneri-Nashik, 1985.

१२. Hodiwala S.H., *Historical Studies in the Mughal Numismatics*, The Numismatic Society of India, Calcutta,1923.

१३. Kulkarni A.R., *Maharashtra in the Age of Shivaji*, Deshmukh and Company, Pune,1969.

१४. Maheshwari K.K., Wiggins K.W., *Maratha Mints and Coinage*, Indian Institute of research in Numismatic Studies, Anjaneri-Nashik,1989.

१५. Pridmore M.F., *The coins of the British Commenwealth of Nations, Part IV,* Spink & Son. London.

१६. Rajgor Dilip , *A Standard Catalogue to the Sultanate Coins*, Amrapali Publication, Mumbai,1995.

१७. Richards J. F. (ed.) *The Imperial Monetary System of Mughal India*, Oxford, New Delhi,1987.

१८. Sunthankar B.R., *Nineteenth Century History of Maharashtra, Vol.I, 1818-1857*, Popular Publication, Pune, 1988.

(इ) संशोधनपर लेख (इंग्रजी)

१. Abbot J.E., A Preliminary study of the Shivarai or Chhatrapati Copper Coins., *Journal of the Bombay Branch of Royal Asiatic Society, vol.XX*, Mumbai, 1898.

२. Abhang C.J., 'Proclamations: A Significant Instrument for Social Change in Colonial India', *संशोधक-अमृतमहोत्सवी अंक, वर्ष ७०, अंक २, ३, आणि ४,* धुळे,जून-डिसें.२००२.

३. Cluens J., Maratha Coins in the Early Ninteenth Century, republished in *Indian Numismatic Chronicle, Vol.IV, Pt.I*, London, 1964-65.

४. A.M.Deshpande,*19th Century Maharashtra : A Reassessment*, Unpublished paper.

५. Khare G. H., Gold Coinage of Shivaji The Great, *Journal of the Numismatic Society of India, Vol.XIII, Part I*, Varanasi,1951.

६. Kulkarni A.R., Money and Banking under the Marathas (17th Century to 1848 A.D.), Paper presnted at *Indian History Congress,* Kolkata Session, (Unpublished Article).

७. Kulkarni G.T., *Banking in the 18th Century : A Case Study of a Poona Banker, ArthVijnana*, Gokhale Institute, Vol.15, Pune, June 1973.

□□

www.ingramcontent.com/pod-product-compliance
Lightning Source LLC
LaVergne TN
LVHW100339051026
849518LV00003B/854
* 9 7 8 8 1 8 9 7 2 4 9 2 4 *